காதல் மன்னனும் காவிய மன்னனும்

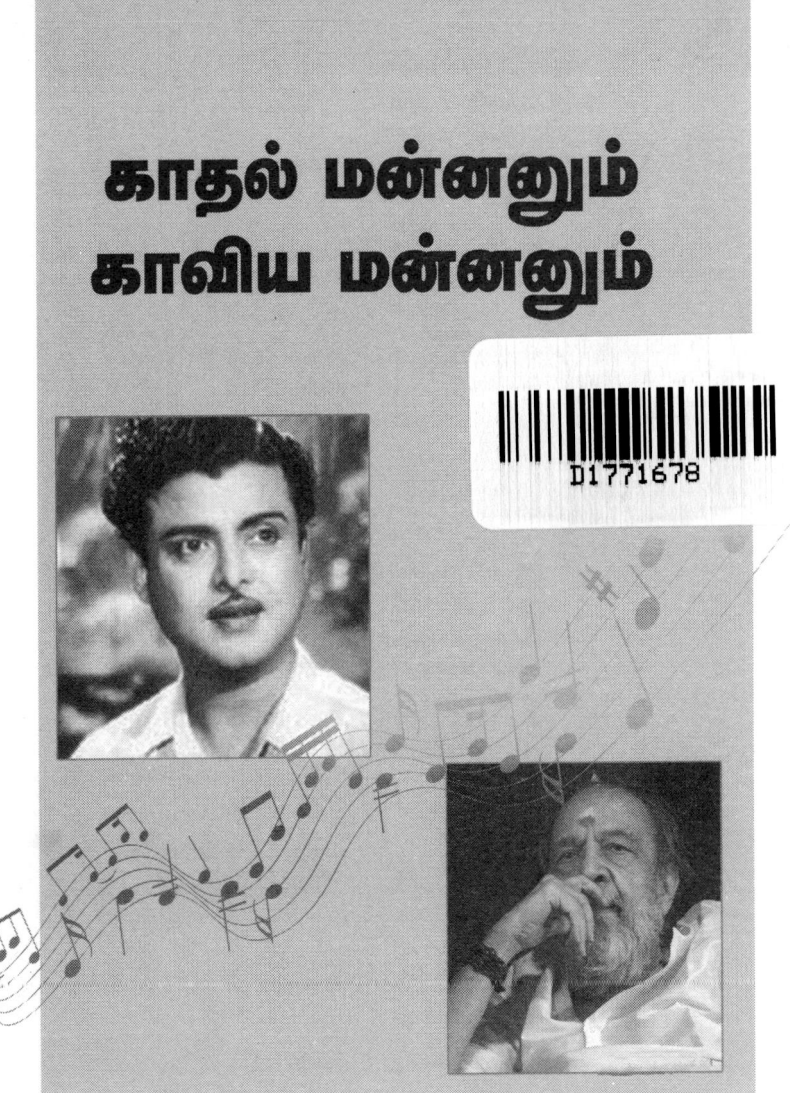

வாலி எழுதிய ஜெமினி படப் பாடல்கள்

காதல் மன்னனும் காவிய மன்னனும் வாலி	**KADHAL MANNANUM KAVIYA MANNANUM** VAALI
உரிமை © பாலாஜி வாலி	Copyright Balaji Vaali ©
முதல் பதிப்பு ஜூன் 2014	First Edition June 2014
பக்கங்கள் 104 விலை ரூ. 70/-	Pages 104 Price Rs. 70/-
பதிப்பாக்கம் **வாலி பதிப்பகம்** 12/28, சௌந்தர்ராஜன் தெரு தியாகராயர் நகர் சென்னை -600 017 044 - 2434 6757 96773 68593	Published by **Vaali Pathippagam** 12/28, Soundharrajan Street T.Nagar Chennai / 600 017 044 - 2434 6757 96773 68593 vaalipathippagam@gmail.com
முகப்பு வடிவமைப்பு ஆர்.சி.மதிராஜ்	Cover Designed by R.C.Mathiraj
நூல் வடிவமைப்பு ப.ஆனந்தன்	Layout By P. Anandhan
அச்சாக்கம் ஜோதி எண்டர்பிரைசஸ் சென்னை - 600 005	Printed at Jothy Enterprises Chennai - 600 005

வெளியீட்டு எண் – 18

பதிப்புரை

'காவியக் கவிஞர்' வாலி அவர்கள் மக்கள் திலகம் படங்களிலும், நடிகர் திலகம் படங்களிலும் எழுதிய பாடல்கள் தனித் தனித் தொகுப்பாய் வந்துள்ளதை தொடர்ந்து காதல் மன்னன் படங்களில் கவிஞர் வாலி எழுதிய பாடல்களின் தொகுப்பு உங்கள் கைகளில் தவழ்கின்றது.

1963இல் வெளிவந்த 'இதயத்தில் நீ' படத்தில் தொடங்கி 1978இல் வெளியான 'ஸ்ரீ காஞ்சி காமாட்சி' படம் வரை மொத்தம் 22 படங்களில் கவிஞர் வாலி எழுதியுள்ள 69 பாடல்கள் இத்தொகுப்பில் இடம் பிடித்துள்ளன.

ஜெமினி கணேசன் அவர்களோடு ஏனைய நாயகர்கள் நடித்து அந்தப் படங்களில் அவர்கள் பாடுவதாக உள்ள பாடல்களும் இதில் இணைக்கப் பட்டுள்ளன. உதாரணம் பூவா தலையா.

கவிஞர் வாலி காதல் மன்னனுக்காக எழுதிய ஏதேனும் ஓரிரு படப் பாடல்கள் கவனக்குறைவாக விடுபட்டிருந்தால் சுட்டிக் காட்டுங்கள் அடுத்தப் பதிப்பில் அவசியம் இணைத்துக் கொள்கிறோம்.

காற்றை சுவாசிப்பதைப்போல தமிழ் சினிமாவின் நேற்றை சுவாசிக்கிற திரு.திருநின்றவூர்

சந்தானகிருஷ்ணன் அவர்கள் தான் சேகரித்து வைத்திருக்கும் பாட்டு வங்கியிலிருந்துதான் இதனை பதியம் போட்டுக் கொடுத்திருக்கிறார். நாங்களும் நீங்களும் நன்றி சொல்வோம் அவருக்கு.

இந்நூலை வெளியிட அனுமதித்த வாலியின் மைந்தர் திரு.பாலாஜி அவர்களுக்கும், மைத்துனர் திரு.சுவாமிநாதன் அவர்களுக்கும் மிக்க நன்றி.

வாலி பதிப்பகம்
சென்னை - 17

தொகுப்பு

திருநின்றவூர்
T.சந்தான கிருஷ்ணன்

வடிவமைப்பு

ப.ஆனந்தன்

ஆக்கம்

டி.ஆர். பிரேம் சங்கர்

பொருளடக்கம்

வரிசை எண்	திரைப்படம்	ஆண்டு	பக்க எண்
1.	இதயத்தில் நீ	1963	
	1. பூ வரையும் பூங்கொடியே		11
	2. ஒடிவதுபோல் இடை இருக்கும்		12
	3. உறவு என்றொரு சொல்லிருந்தால்		13
	4. யார் சிரித்தால் என்ன?		14
2.	ஏழை பங்காளன்	1963	
	1. வீட்டுக்கு வந்த மச்சான்		15
	2. ஏழை பங்காளன் – இவனே		16
3.	கற்பகம்	1963	
	1. ஆயிரம் இரவுகள் வருவதுண்டு		17
	2. அத்தைமடி மெத்தையடி		18
	3. பக்கத்து வீட்டுப் பருவ மச்சான்		19
	4. மன்னவனே அழலாமா?		20
4.	ஆயிரம் ரூபாய்	1964	
	1. அம்மா இல்லே அப்பா இல்லே		21
5.	பூஜைக்கு வந்த மலர்	1965	
	1. உன்னை ஊர் கொண்டு அழைக்கத்		22
	2. கால்கள் நின்றது நின்றதுதான்		23
	3. மையேந்தும் விழியாட		24
6.	சின்னஞ் சிறு உலகம்	1966	
	1. மனசிருக்கணும் மனசிருக்கணும்		26
	2. புதுமைப் பெண்களடி		28

வாலி எழுதிய ஜெமினி படப் பாடல்கள் 7

    3. விட்ட குறையோ? – கை 29
    4. உள்ளம் என்பது உலகமாகலாம் 30
    5. சிரிப்பேன் சிரிப்பேன் 31

7. **அண்ணாவின் ஆசை** **1966**
    1. பூப்போல் மலர மொட்டு வைத்தான் 32
    2. பாட்டெழுதட்டும் பருவம் 33

8. **தேன்மழை** **1966**
    1. நெஞ்சே நீ போ சேதியை சொல்ல 34
    2. ஆரம்பமே இப்படித்தான் தெரிஞ்சுக்கோ 35
    3. விழியால் காதல் கடிதம் 36

9. **பட்டத்துராணி** **1967**
    1. சித்தம் போக்கு சிவம் போக்கு 38
    2. ஏன் மயக்கமா 39
    3. முன்னாலே ஒரு பொண்ணு 40

10. **சக்கரம்** **1968**
    1. ஒரு நாள் இரவு 41
    2. நீயே ஒரு நேரம் சொல்லு 42
    3. ட்ரியோ... ட்ரியோ... ட்ரியோ... 43
    4. குளிக்கப்போனா குமரிப்பொண்ணு 44
    5. காசேதான் கடவுளப்பா – அந்தக் 46

11. **ஐந்து லட்சம்** **1969**
    1. நான் பாடிய முதல் பாட்டு 48
    2. ஆசைப்பட்டது நானல்ல 49

12.	**பூவா தலையா** 1969
	1. ஷட் அப்! 50
	2. பூவா தலையா போட்டாத்தெரியும் 52
	3. மதுரையில் பறந்த மீன் கொடியை 54
	4. போடச்சொன்னால் போட்டுக்கறேன் 56
	5. பாலாடை மேனி வனிவாடைக்காற்றில் 58

13.	**இருகோடுகள்** 1969
	1. அன்று தமிழ் தோன்றி விளையாடியதும் 60
	2. நானொரு குமாஸ்தா! 63
	3. நவராத்தியில் 65

14.	**கண்மலர்** 1970
	1. தோடுடைய செவியன் விடையேறியோர் 68

15.	**வைராக்கியம்** 1970
	1. தேருக்கு சேலைகட்டி 69
	2. கடவுள் படைச்ச உலகத்திலே 71
	3. சொல்லத் துடிப்பது என்ன 73
	4. மூனா இத்தன்னா தானா இம்மன்னா 74
	5. மதுவையெடுத்துக் கொஞ்சம் ஊற்று! 75

16.	**சிநேகிதி** 1970
	1. அழகின் காலடியில் 77
	2. என்ன இல்லை என்னிடத்தில் 78

17.	**அன்னை வேளாங்கண்ணி** 1971
	1. கடலலை தாலாட்டும் வேளாங்கண்ணி 79

வாலி எழுதிய ஜெமினி படப் பாடல்கள் 9

18.	ரங்க ராட்டினம் 1971
	1. முத்தாரமே உன் 80
	2. மல்லிகை மொட்டு 81
	3. போட்டான்... பதமாப் 82
	4. தங்கத் தொட்டில் பட்டுமெத்தை 84

19.	வெள்ளி விழா 1972
	1. காதோடு தான் நான் பாடுவேன் 85
	2. நான் சத்தம் போட்டுத் தான் பாடுவேன் 86
	3. கை நிறைய சோழி 87
	4. ஒரு நாள் வருவாள் மம்மி! மம்மி!! 89
	5. உனக்கென்ன குறைச்சல் 91

20.	கட்டிலா தொட்டிலா 1973
	1. ஒருவித மயக்கம் 92
	2. அம்மா அப்பா சண்டையிலே 93
	3. அம்பிகாபதி போல நான் 95
	4. நான் நல்லவர் இல்லறம் நலமுற 97
	5. எனக்கும் அவர்க்கும் வழக்கு 98
	6. ஏண்டா டேய் 99

21.	தேவி ஸ்ரீ கருமாரி அம்மன் 1974
	1. ஓமென ஒலிப்பது ஓங்கார நாதம் 100

22.	ஸ்ரீ காஞ்சி காமாட்சி 1978
	1. அனா... அனா... சுனா... ஐனா... 102
	2. மன்மதன் கைக்கரும்பின் 104

இதயத்தில் நீ

001

இசை : விஸ்வநாதன் – ராமமூர்த்தி

குரல் : பி.பி.ஸ்ரீனிவாஸ்

பூ வரையும் பூங்கொடியே
　　　　பூமலை போடவா?
பொன் மகளே வாழ்க வென்று
　　　　பாமாலை பாடவா? (பூ)

நீ வரையும் ஓவியத்தை
　　　　கைகளினால் வரைந்தாயே!
நான் வரைந்த ஓவியத்தை
　　　　கண்களினால் வரைந்தேனே!
வடிவங்கள் மறைந்து விடும்
　　　　வண்ணங்கள் மறையாதே! (பூ)

கன்னமெனும் கிண்ணத்திலே
　　　　வண்ணங்களைக் குழைத்தாயே!
கொஞ்சி வரும் புன்சிரிப்பில்
　　　　கொஞ்சம் கொஞ்சம் இறைத்தாயே
உருவங்கள் மாறி விடும்
　　　　உள்ளங்கள் மாறாதே (பூ)

மெல்லிசை மன்னர் இசையில்
கவிஞர் வாலி எழுதிய முதல் பாடல்

இதயத்தில் நீ

002

இசை : விஸ்வநாதன் - ராமமூர்த்தி
குரல் : P.B.ஸ்ரீனிவாஸ், பி. சுசீலா

ஆண் : ஒடிவதுபோல் இடை இருக்கும்
பெண் : இருக்கட்டுமே
ஆண் : அது ஒய்யார நடை நடக்கும்
பெண் : நடக்கட்டுமே
ஆண் : சுடுவதுபோல் கண் சிவக்கும்
பெண் : சிவக்கட்டுமே
ஆண் : கண் சுட்டு விட்டால் கவி பிறக்கும்
பெண் : பிறக்கட்டுமே

(ஒடிவது போல்)

பெண் : தொடுவது போல் கை துடிக்கும்
ஆண் : துடிக்கட்டுமே
பெண் : இளம் தோகை நெஞ்சில் இடம் பிடிக்கும்
ஆண் : பிடிக்கட்டுமே
இருவரும் : தொடர்வதுபோல் கால் தொடரும்
தொடரட்டுமே
கொஞ்சம்
தொடர்ந்து வந்தால் கொடி படரும்
படரட்டுமே

(ஒடிவது போல்)

ஆண் : கொடி மலர் போல் இதழ் விரியும்
பெண் : விரியட்டுமே
ஆண் : அது குளிர் நிலவாய் நகை புரியும்
பெண் : புரியட்டுமே – ஆஹா
இருவரும் : பருவக்குயில் பாடிவரும்
பாடட்டுமே – அதில்
ஊஞ்சல் மனம் ஆடிவரும்
ஆடட்டுமே

(ஒடிவது போல்)

இதயத்தில் நீ

003

இசை : விஸ்வநாதன் – ராமமூர்த்தி

குரல் : பி. சுசீலா

தொகையறா

பழகி வந்த புதிய சுகம்
பாதியிலே முடிந்தாலும்
எழுதிவைத்த ஓவியம் போல்
இருக்கின்றாய் இதயத்தில் நீ

பாட்டு

உறவு என்றொரு சொல்லிருந்தால்
பிரிவு என்றொரு பொருளிருக்கும்
காதல் என்றொரு கதையிருந்தால்
கனவு என்றொரு முடிவிருக்கும்

(உறவு)

இதயம் என்றொரு இடமிருந்தால்
ஏக்கம் என்றொரு நிலையிருக்கும்
இன்பம் என்றொரு வழி நடந்தால்
துன்பம் என்றொரு ஊர் போகும்

(உறவு)

பருவம் என்றொரு கையணைத்தால்
பாசம் என்றொரு கை தடுக்கும்
பழகு என்றொரு மனம் சொன்னால்
விலகு என்றொரு முகம் சொல்லும்

(உறவு)

இதயத்தில் நீ

இசை : விஸ்வநாதன் - ராமமூர்த்தி
குரல் : P.B.ஸ்ரீனிவாஸ்

004

யார் சிரித்தால் என்ன? - இங்கு
யார் அழுதால் என்ன?
தெரிவது என்றும் தெரியவரும்
மறைவது என்றும் மறைந்து விடும்
(யார்)

இன்று நேற்று வந்ததெல்லாம்
நாளை மாறலாம்
நீரில் தோன்றும் நிழல்களைப் போல
நிலையில்லாமல் போகலாம்
நான் பார்த்து ஒன்றாகக் காணலாம்
நீ பார்த்து வேறாக மாறலாம்
தெரிவது ஒன்று
புரிவது ஒன்று
மெய்யன்பு பொய்யென்று
தோன்றும்போது
(யார்)

கண்மலர்ந்த பார்வையெல்லாம்
காட்சி யாகலாம்
காட்சியாகப் பார்த்ததெல்லாம்
கை வராமல் போகலாம்
பூந்தென்றல் புயலாக மாறலாம்
பொன் வெய்யில் நிலவாகக் காணலாம்
வருவது ஒன்று
பிரிவது ஒன்று
மெய்யன்பு பொய் யென்று
தோன்றும்போது
(யார்)

ஏழை பங்காளன்

005

இசை : கே.வி. மகாதேவன்

குரல் : பி. சுசீலா

வீட்டுக்கு வந்த மச்சான்
விளக்கை ஏத்தி வெச்சான்
இதையு மாத்தி அதையும் மாத்தி
கதையை மாத்தி வெச்சான்

(வீட்டுக்கு)

யாருக்கும் கை கொடுத்தான்
ஊருக்குள் பேரெடுத்தான்
இன்பத்தைத் தேக்கி வெச்சான்
இன்னமும் பாக்கி வெச்சான்
காடெல்லாம் மேடாக்கி மேடெல்லாம் வீடாக்கி
வாழும் வழியை சொல்லி வெச்சான்
கதையை மாத்தி வெச்சான்

(வீட்டுக்கு)

ஏழைக்குத் தாயானான்
ஊமைக்கு வாயானான்
கண்ணுக்குள் கண்ணானான்
ஒண்ணுக்குள் ஒண்ணானான்
நல்லது கெட்டது நாலுந் தெரிஞ்சுது
வாழும் வழியை சொல்லி வெச்சான்
கதையை மாத்தி வெச்சான்

(வீட்டுக்கு)

மானத்தைக் காக்க வந்தான்
மயக்கம் தீக்க வந்தான்
நேர்வழி பாத்து வந்தான்
நெஞ்சுக்குள் பூத்து வந்தான்
ஊருக்கும் வந்தது சேரிக்கும் வந்தது
வாழும் வழியை சொல்லி வெச்சான்
கதையை மாத்தி வெச்சான்

(வீட்டுக்கு)

ஏழை பங்காளன்

இசை : கே.வி. மகாதேவன்

குரல் : டி.எம். சௌந்தரராஜன

006

(தொகையறா)

ஊரழுத வேளையிலே தானும் அழுதான்
ஊர் சிரித்த நாளையிலே தானும் சிரித்தான்
வான் கொடுத்த மழையாக தானும் வந்தான்
தேன் கொடுத்த மலராக வாடி விட்டான்!

பாட்டு

ஏழை பங்காளன் – இவனே
ஏழை பங்காளன்
நாளை வரைக்கும் நினைவிருக்கும்
நல்லோர்கள் மனமிருக்கும்

(ஏழை)

தணல் மெழுகாய்த் தானுருகி
தரணிக் கெல்லாம் வெளிச்சம் தந்தான்
வாழ்வாரை வாழ வைத்து
வாழாமல் தானிருந்தான்

(ஏழை)

கண்ணீரும் ஓடி விழும்
கண் மலர்கள் வாடி விடும்
காலங்கள் சென்று விடும்
கருணை மட்டும் நின்று விடும்

(ஏழை)

கற்பகம்

இசை : விஸ்வநாதன் – ராமமூர்த்தி
குரல் : பி.சுசீலா

001

ஆயிரம் இரவுகள் வருவதுண்டு
ஆயிரம் இரவுகள் வருவதுண்டு
ஆனால் இதுதான் முதல் இரவு
ஆயிரம் உறவுகள் வருவதுண்டு
ஆனால் இதுதான் முதல் உறவு
ஆனால் இதுதான் முதல் உறவு
ஆயிரம் உறவுகள் வருவதுண்டு
ஆயிரம் இரவுகள் வருவதுண்டு
வயதில் வருவது ஏக்கம் – அது
வந்தால் வராது ....
வந்ததம்மா மலர்க் கட்டில்
வீட்டினில் ஆடிடும் ....
ஆஹா ஆஹா ஆஹா
ஆரோரோ ராரோ
வருவார் வருவார் பக்கம் – உனக்கு
வருமே வருமே ....
தருவார் தருவார் நித்தம் – இதழ்
தித்திக்கத் தித்திக்க ....
ஆஹா ஆஹா ஆஹா
ஆராராரோ ராரோ
யாரோ சொன்னார் கேட்டேன் – நான்
கேட்டதை உன்னிடம் சொன்னேன்
நானாய் சொன்னது பாதி – இனி
தானாய்த் தெரியும் மீதி
ஆஹா ஆஹா ஆஹா
ஆராராரோ ராரோ

வாலி எழுதிய ஜெமினி படப் பாடல்கள்

கற்பகம்

008

இசை : விஸ்வநாதன் - ராமமூர்த்தி

குரல் : பி.சுசீலா

உருலுலு ஆயி ஆரி ஆரி ஆரி ஆரி ஆராரோ
அத்தைமடி மெத்தையடி
ஆடி விளையாடம்மா
ஆடும் வரை ஆடிவிட்டு
அல்லி விழி மூடம்மா
அத்தைமடி மெத்தையடி

(உருலுலு ஆயி)

மூன்றாம் பிறையில் தொட்டில் கட்டி
முல்லை மல்லிகை மெத்தையிட்டு
தேன்குயில் கூட்டம் பண் பாடும்
மான்குட்டிக் கேட்டுக் கண் மூடும்

(அத்தைமடி)

வேறோர் தெய்வத்தைப் போற்றவில்லை
வேறோர் தீபத்தை ஏற்றவில்லை
அன்றோர் கோயிலை ஆக்கி வைத்தேன்
அம்பிகையாய் உன்னைத் தூக்கி வைத்தேன்

அத்தைமடி மெத்தையடி
ஆடி விளையாடம்மா
ஆடும் வரை ஆடிவிட்டு
அல்லி விழி மூடம்மா
அத்தை மடி மெத்தையடி

ஊருலுலு ஆயி ஆரி ஆரி ஆரி ஆரி ஆராரோ

கற்பகம்

இசை : விஸ்வநாதன் – ராமமூர்த்தி
குரல் : பி.சுசீலா

009

பக்கத்து வீட்டுப் பருவ மச்சான்
பார்வையிலே படம் புடிச்சான்
பார்வையிலே படம் புடிச்சி
பாவை நெஞ்சில் இடம் புடிச்சான்

மனசுக்குள்ளே தேரோட்ட –
    மைவிழியில் வடம் புடிச்சான்
மருக்கொழுந்து வாசத்திலே –
    மாந்தோப்பில் வழி மறிச்சான்
மாந்தோப்பில் வழி மறிச்சி –
    மயக்கத்தையே வரவழைச்சான்

தைமாதம் தாலி கட்ட –
    மார்கழியில் கையெ புடிச்சான்
வைகையிலே வெள்ளமில்லை –
    விடியும்வரை கதை படிச்சான்
விடியும்வரை கதை படிச்சி –
    முடியாமல் முடிச்சி வெச்சான்

ஊரெல்லாம் உறங்கி விடும் –
    உள்ளம் மட்டும் உறங்காது
ஓசையெல்லாம் அடங்கிவிடும் –
    ஆசைமட்டும் அடங்காது
ஆசைமட்டும் அடங்காமல் –
    அவனை மட்டும் நெனச்சிருப்பேன்

கற்பகம்

இசை : விஸ்வநாதன் - ராமமூர்த்தி
குரல் : பி.சுசீலா

010

மன்னவனே அழலாமா?
கண்ணீரை விடலாமா?
உன்னுயிராய் நானிருக்க
என்னுயிராய் நீயிருக்க

மன்னவா மன்னவா மன்னவா

கண்ணை விட்டுப் போனாலும்
கருத்தை விட்டுப் போகவில்லை
மண்ணை விட்டுப் போனாலும்
உன்னை விட்டுப் போகவில்லை

இன்னொருத்தி உடலெடுத்து
இருப்பவளும் நானல்லவா?
கண்ணெடுத்துப் பாராமல்
கலங்குவதும் வீணல்லவா?
மன்னவா மன்னவா மன்னவா   (மன்ன)

உன் மயக்கம் தீர்க்க வந்த
பெண் மயிலைப் புரியாதா?
தன் மயக்கம் தீராமல்
தவிக்கின்றாள் தெரியாதா

என்னுடலில் ஆசையென்றால்
என்னை நீ மறந்துவிடு
என்னுயிரை மதித்திருந்தால்
வந்தவளை வாழவிடு
மன்னவா மன்னவா மன்னவா   (மன்ன)

20 வாலி எழுதிய ஜெமினி படப் பாடல்கள்

ஆயிரம் ரூபாய்

இசை : கே.வி.மகாதேவன்

குரல் : எஸ்.ஜானகி

011

அம்மா இல்லே அப்பா இல்லே
சும்மா வல்லே சோத்துக்கு இல்லே
ஆண்டவனின் பிள்ளைகளில்
நானும் ஒரு பிள்ளே

பிரியமுள்ள புண்ணியவாங்க
பெரிய மனசு பண்ணுங்க
சின்னஞ் சிறிசு என்னையும் ஓங்க
மவளைப்போல எண்ணுங்க

(அம்மா)

ஆடப்பொறந்த எனக்கு முன்னே
அக்கா ஒருத்தி வருவா – எங்க
கூடப்பொறந்த பாசத்தினாலே
உசுரைக்கூடத் தருவா

(அம்மா)

கருணையுள்ள மனுசரெல்லாம்
கடவுளுக்கும் மேலே – அவுங்க
கையளக்கும் தருமமெல்லாம்
பருவ மழை போலே...
பருவ மழை போலே...
பருவ மழை போலே...

பூஜைக்கு வந்த மலர்
இசை : விஸ்வநாதன் - ராமமூர்த்தி
குரல் : பி.சுசீலா

012

உன்னை
ஊர் கொண்டு அழைக்கத்
தேர் கொண்டு வருமாம்
தென்றல்! - இளம்
தென்றல்!

(உன்னை)

உந்தன்
பேர் வந்து விளங்க
சீர்கொண்டு வருமாம்
திங்கள்! - குளிர்
திங்கள்!

(ஊர் கொண்டு)

பச்சை மாவிலைப் பந்தல் தோரணமாம்!
புது மாளிகை புகுந்திடும் காரணமாம்!
கண்கள் கால் விரல் பார்த்தே பெண் வருமாம்!
அந்தக் காட்சியில் ஊரார் கண்படுமாம்! கண்படுமாம்!

(உன்னை)

உந்தன் காவியத் தலைவன் வருவானாம்!
இந்தக் குங்குமக் கன்னத்தில் தருவானாம்!
அவன் பஞ்சணை உனது நெஞ்சணையாம்!
அந்த நேரத்தில் வேறொரு நினைவில்லையாம்!
நினைவில்லையாம்

(உன்னை)

எங்கள் வீட்டுக்கு வாசலில் கோலமிடும்!
இந்த வஞ்சியின் கைவளை தாளமிடும்!
அந்த வாழ்வே வாழ்வென்று வரவேற்பேன்!
அது எனக்கென்று வருமென்று எதிர்பார்ப்பேன்!
எதிர்பார்ப்பேன்!

(உன்னை)

22 வாலி எழுதிய ஜெமினி படப் பாடல்கள்

பூஜைக்கு வந்த மலர்

013

இசை : விஸ்வநாதன் - ராமமூர்த்தி

குரல் : ஏ.எல்.ராகவன், எல்.ஆர்.ஈஸ்வரி

பெண் : கால்கள் நின்றது நின்றதுதான்!
கண்கள் சென்றது சென்றது தான்!
உருவம் வந்தது வந்தது தான்!
உள்ளம் தந்தது தந்தது தான்!

ஆண் : கன்னம் சிவந்தது சிவந்தது தான்!
கற்பனை பிறந்தது பிறந்தது தான்!
எண்ணம் பறந்தது பறந்தது தான்!
என்னை மறந்தது மறந்தது தான்!

பெண் : பூ மழை பெய்யும் சோலையிலே!
பனி மழை பெய்யும் மாலையிலே!
நால்விழி மயங்கும் உறவினிலே!
நாடகம் நடக்கும் தனிமையிலே!

ஆண் : காற்றடித்தால் அங்கு ஓசை வரும்!
கை பிடித்தால் அங்கு ஆசை வரும்!
காதல் வந்தால் அங்கு கண் மலரும்!
கண் மலர்ந்தால் அங்கு கதை முடியும்!

பெண் : கைகளைப் பிடித்தவன் காதலனோ?
கவிதைகள் படித்தவன் பாவலனோ?
கண்களில் நின்றவன் மன்மதனோ?
கன்னியை வென்றவன் மன்னவனோ?

ஆண் : ஊர்வலமாய் வரும் பூந்தேரோ?
உள்ளத்தில் பாயும் தேனாறோ?
இதழ்களில் வடிவது குறுநகையோ?
இதயம் எழுதிய சிறு கதையோ?

பெண் : கால்கள் நின்றது நின்றது தான்!
கண்கள் சென்றது சென்றது தான்!
உருவம் வந்தது வந்தது தான்!
உள்ளம் தந்தது தந்தது தான்! (கால்கள்)

பூஜைக்கு வந்த மலர்

014

இசை : விஸ்வநாதன் - ராமமூர்த்தி
குரல் : பி.பி.ஸ்ரீனிவாசன், பி.சுசீலா

பெண் : மையேந்தும் விழியாட
மலரேந்தும் குழலாட
கையேந்தும் வளையாட
நானாடுவேன்! (மையேந்தும்)
குழல் தந்த இசையாக
இசை தந்த குயிலாக
குயில் தந்த குரலாக
நான் பாடுவேன்! (கண் மை)

ஆண் : உறவென்னும் விளக்காக
உயிரென்னும் சுடராக
ஒளி வீசும் உனக்காக
நான் வாழுவேன்!
(உறவென்னும்)
விரல் கொஞ்சும் யாழாக
யாழ் கொஞ்சும் இசையாக
இசை கொஞ்சும் மனமாக
நான் மாறுவேன்! (கை விரல்)

பெண் : இளங்காதல் வயதாலே
தனியாகினேன் - அந்த
இளவேனில் நிலவாலே
கனியாகினேன்!

ஆண் : இமை மூடித் தூங்காமல்
போராடினேன் - உந்தன்
இதழோடு இதழ் வைத்து
சீராடினேன்!

பெண் : கண் மையேந்தும் விழியாட
மலரேந்தும் குழலாட
கையேந்தும் வளையாட
நான் ஆடுவேன்!

ஆண் : கொடி போன்ற இடையாட
களைப்பாகினேன் – உன்
மடி மீது தலை சாய்த்து
இளைப்பாறினேன்!

பெண் : அழகென்ற விருந்தொன்று
பரிமாறினேன் – அதைப்
பரிமாறும் நேரத்தில்
பசியாறினேன்!   (கண் மை)

சின்னஞ் சிறு உலகம்

015

இசை : கே.வி.மகாதேவன்

குரல் : டி.எம்.சௌந்தரராஜன், பி.சுசீலா

ஆண் : மனசிருக்கணும் மனசிருக்கணும்
பச்செப் புள்ளையாட்டம் – அது
வெளுத்திருக்கணும்
வெளுத்திருக்கணும்
மல்லியப் பூவாட்டம்

பெண் : அடி ஆயா... ஆயா... ஆயா... ஆயா... க்சூ...
புத்தியிருக்கணும்
புத்தியிருக்கணுடிம
கத்தி முனையாட்டம் – அதை
வெச்சிப் பொழெக்கணும்
வெச்சிப் பொழெக்கணும்
சொத்து சுகமாட்டம்

ஆண் : சுட்டிப் பய மவ
சொல்லுற சொல்லு
கட்டிக் கரும்பாட்டம் – ஒன்னெத்
தட்டிக் கேக்க ஒரு
கெட்டிக்காரப் பய
கச்சிதமா வரட்டும்

பெண் : அடி ஆயா... ஆயா... ஆயா... ஆயாக்... க்சூ...
அஞ்சி வருசங்க
முந்திப் பொறந்தாலும்
அண்ணனும் என்னாட்டம் – அந்தப்
பஞ்சு மனசிலே
பத்தும் நெருப்பாக
அண்ணி இங்கே வரட்டும்

26 வாலி எழுதிய ஜெமினி படப் பாடல்கள்

ஆண் : சின்னப் பொண்ணுக்கொரு
புள்ளெ பொறக்கணும்
செவ்வந்திப் பூவாட்டம் – அவன்
கன்னமிருக்கணும்
இன்னிக்குப் பூத்த ரோசாப் பூவாட்டம்

பெண் : அண்ணாச்சி எங்க
அய்யாக்கண்ணுக்கு
கொய்யப் பழமாட்டம் – ஒரு
பொண்ணு பொறக்கணும்
கண்ணு தொறக்கணும்
தங்கச்சி என்னாட்டம்

சின்னஞ் சிறு உலகம்

இசை : கே.வி.மகாதேவன்
குரல் : பி.சுசீலா

016

புதுமைப் பெண்களடி
பூமிக்கு கண்களடி
பாரதி சொன்னானே – கவி
பாரதி சொன்னானே – அந்தப்
புதுமைப் பெண்களடி

ஆண்டவன் மேனியில் பாதியடி – இது
ஆயிரங் காலத்துச் சேதியடி
பதவிக்கும் உதவிக்கும்
பட்டத்துக்கும் சட்டத்துக்கும்
கவிதைக்கும் கணக்குக்கும்
காதலுக்கும் கடனைக்கும்
(வசனம்) பெண்களா இல்லை
என்ன செய்யலே பெண்கள்
கவிக் குயில் சரோஜினி
கணக்குக்கு சகுந்தலா
ஐ.நா. தலைமைப் பதவியிலே
அமர்ந்தவள் விஜயலட்சுமி
ஐ.நா. தலைமைப் பதவியிலே
(கோரஸ்) அமர்ந்தவள் விஜயலட்சுமி
கணவன் நிழலே மாளிகையாய்க் கொண்டு
காலத்தைக் கழித்தவள் கஸ்தூரிபாய்
(கோரஸ்) அன்னை கஸ்தூரி பாய்
தன்மானத்தை உயிரினும் மேலெனப் பேணி
மரணத்தில் வாழ்ந்தவள் ஜான்சி ராணி
(கோரஸ்) ஜான்சி ராணி
மதுரையை ஆண்டவள் மங்கம்மா – வீர
மங்கையர் பரம்பரை எங்கம்மா – அந்தப்
பரம்பரை வீரம் பார்வையில் ஏந்தி
பாரதம் ஆள்வது
(கோரஸ்) இந்திரா காந்தி – அந்தப் (புதுமை)

28 வாலி எழுதிய ஜெமினி படப் பாடல்கள்

சின்னஞ் சிறு உலகம்

017

இசை : கே.வி.மகாதேவன்

குரல் : பி.சுசீலா

தொகையறா

விழுந்த சூரியன் எழுந்தது போலே
இழந்த கைப் பொருள் மீண்டது போலே
நின்ற காவியம் தொடர்ந்தது போலே
இன்று வந்தனை நீ என் முன்னாலே

பல்லவி

விட்ட குறையோ? – கை
தொட்ட குறையோ? – நெஞ்சில்
பட்டதில்லையோ? – நினைவில்
எட்டவில்லையோ? – முன்பு (முன்பு)

அனுபல்லவி

எந்த முறையோ? – எனக்கு
வந்த துரையோ? – இதயம்
இன்பச் சிறையோ – இமைகள்
அன்புத் திரையோ

தொகையறா

நினைக்கும் சக்தியை இழந்தது நெஞ்சம்
நீட்டவும் நெளியவும் நின்றன கதைகள்
பாடவும் பேசவும் தீர்ந்தன வார்த்தை – நான்
ஆடவும் அசையவும் அலுத்தது மேனி

சரணம்

இன்னும் சொல்லவோ – சொன்னால்
வெட்கமல்லவோ – உந்தன்
எண்ணம் என்னவோ – கண்ணில்
கண்டு கொள்ளவோ
விண் வழங்குமோ – இந்த
மண் பிழைக்குமோ – தெய்வம்
கண் திறக்குமோ – இன்றே
கை கொடுக்குமோ

வாலி எழுதிய ஜெமினி படப் பாடல்கள் 29

சின்னஞ் சிறு உலகம்

018

இசை : கே.வி.மகாதேவன்

குரல் : பி.சுசீலா

உள்ளம் என்பது உலகமாகலாம்
உலகம் என்பது உள்ளமாகுமோ?
மலர்கள் என்பது மாலையாகலாம்
மாலையான பின் மலர்களாகுமோ?

மீனில்லாமலே நீரிருக்கலாம்
நீரில்லாமலே மீனிருக்குமோ?
நானில்லாமலே நீயிருக்கலாம்
நீயில்லாமலே நானிருக்கவோ?

கடலுக்கு அலை வேண்டும் - என்
கருத்துக்கு நீ வேண்டும் - புவி
மண்ணுக்கு மழை வேண்டும் - என்
மனதுக்கு நீ வேண்டும்

கண்ணுக்கு ஒளி வேண்டும் - இன்பக்
கனவுக்கு நீ வேண்டும்
பெண்ணுக்கு எது வேண்டும் - நல்ல
பேரன்புத் துணை வேண்டும்

சின்னஞ் சிறு உலகம்

019

இசை : கே.வி.மகாதேவன்

குரல் : சீர்காழி கோவிந்தராஜன், பி.சுசீலா

ஆண் : சிரிப்பேன் சிரிப்பேன்
சிரித்துக் கொண்டிருப்பேன்
பேச்சும் மூச்சும் உள்ளவரை
நினைப்பேன் நினைப்பேன்
நினைத்துக் கொண்டிருப்பேன்
நெஞ்சில் நினைவு நீங்கும் வரை

பெண் : இருப்பேன் இருப்பேன்
இருந்துகிட்டிருப்பேன்
ஓங்கிட்டே சிரிப்பு உள்ளவரை – அதை
ரசிப்பேன் ரசிப்பேன்
ரசிச்சிகிட்டிருப்பேன்
கடோசி மூச்சி நிற்கும் வரை

ஆண் : ஒரு பல்லவி என்பது நீயாக
அனு பல்லவி என்பது நானாக – மனம்
சரணம் சரணம் என்றாக
பாடிடுவோம் நாம் ஒன்றாக

பெண் : மலைக் காட்டுக்குள் ஊரணி
அதில் கவலை ஏத்தம் நீயாக
நல்ல மானம் வெக்கம் வரப்பாக
நாம் வாழ்ந்து காட்டணும் பொறுப்பாக

ஆண் : உன் கண்களில் பூத்தது அல்லிப்பூ
இரு கன்னத்தைச் சேர்ந்தது ரோஜாப்பூ
உன் உள்ளத்தில் இருப்பது பூரிப்பு
இரு உதட்டில் இருப்பது சிரிப்புடன் சிரிப்பு

பெண் : அது சினிமாக்காரங்க அளப்பு
அதைப் படிச்சதினால் இந்த வர்ணிப்பு
சொந்த மூளைக்கு வேணும் ஒழைப்பு
அது என்னிக்கும் நிரந்தரப் பொழெப்பு

அண்ணாவின் ஆசை

இசை : கே.வி.மகாதேவன்
குரல் : பி.சுசீலா

020

பூப்போல் மலர மொட்டு வைத்தான்
புன்னகையில் தேன் சொட்டு வைத்தான்
பார்வையிலே இளம் சிட்டு வைத்தான் – இதைப்
படைத்தவன் தனியே விட்டு வைத்தான்

புருவம் என்னும் வில்லெடுத்து
பூவிழி என்னும் கணைதொடுத்து
பருவம் என்னும் அழகிய தேரில்
பாவை வந்தாள் படை எடுத்து

அலைகள் வந்து மெல்லத்தழுவ
அன்புக்கதைகள் சொல்லி நழுவ
ஆடைகளெல்லாம் கரையினில் வாட
அழகுமேனி நீராட

அண்ணாவின் ஆசை

021

இசை : கே.வி.மகாதேவன்

குரல் : பி.பி.ஸ்ரீனிவாஸ், பி.சுசீலா

பாட்டெழுதட்டும் பருவம்
இசையமைக்கட்டும் இதயம்
பாடிச் செல்லட்டும் அழகு
பார்த்து ரசிக்கட்டும் ஆசை

அழைக்கும் அணைக்கும்
கையோடு கை சேரத்துடிக்கும்
நினைக்கும் நெருங்கும்
நெஞ்சோடு நெஞ்சாக கலக்கும்
கொடுப்பதை கொடுத்து
எடுப்பதை எடுத்து
இல்லாத நாடகம் நடிக்கும்

கொடியிடை வளையுமே
பொன்மேனி தள்ளாடி நடக்குமே
மடியிலே கிடக்குமே
முத்தாடும் நேரத்திலே மயங்குமே
கேட்டது எதுவோ
கிடைத்தது எதுவோ
கண்ணாடி பார்த்ததும் விளங்குமே

தேன் மழை

022

இசை : டி.கே.ராமமூர்த்தி
குரல் : பி.சுசீலா

நெஞ்சே நீ போ சேதியை சொல்ல
நானும் வருவேன் மீதியை சொல்ல
வாழ்வே நீ வா வாசலில் மெல்ல
கால்களும் இங்கே கண்வழி செல்ல

மாலை வராமல் இரவு வராதோ
மாலை யிடாமல் உறவு வராதோ
தூது விடாமல் ஆசை விடாதோ
துணைவ னில்லாமல் தூக்கம் வராதோ

ஆயிரம் கேள்வி உன்னிடம் கேட்டேன்
விடை கிடைக்காமல் உறங்கிட மாட்டேன்
பூவிழி சிவக்க செவ்விதழ் வெளுக்க
நூலிடை இளைக்க நாடகம் நடக்க

மாளிகை வெளியில் ஜானகி நின்றாள்
மாமணி மன்னன் ராமனைக் கண்டாள்
பார்வைகள் வழியே வார்த்தைக ளாட
பாவலன் கம்பன் பாட்டினில் பாட

நானது போலே காதலில் விழுந்தேன்
நாயகன் பெயரால் காவியம் வரைந்தேன்
நால்வழி ஒன்றாய் பொருந்திடும் தேதி
நானோரு பாதி அவனொரு பாதி

தேன் மழை

023

இசை : டி.கே.ராமமூர்த்தி

குரல் : பி.சுசீலா, எஸ்.சரளா

கிரி : ஆரம்பமே இப்படித்தான் தெரிஞ்சுக்கோ
சொல்வேன் புரிஞ்சுக்கோ
ஆசைவரும் வெட்கத்திலே மறைஞ்சுக்கோ – நானும்
சொன்னதைக்கேளு கண்ணம்மா சொன்னதைக் கேளு

நிர் : தெரியாதடி எனக்குத் தெரியாதடி
புரியாதடி எதுவும் புரியாதடி
அனுபவத்தில் எனக்குமுன்னே பிறந்தாயடி
யார்யாரோ எழுதியதைப் படித்தாயடி
ஆரம்பத்தை நீ யறிந்தால் சொல்லடி
கொஞ்சம் நில்லடி
ஆசை நெஞ்சை நீ யழைத்து செல்லடி – நீயும்
என்னுயிர்த்தோழி பாடம் சொன்னவள் வாழி

கிரி : கைமீது வாங்கி மார்மீது தாங்கி
இன்பத்தைத் தேக்கி வைப்பானே பாக்கி

நிர் : அப்போது பெண்மை பேசாது உண்மை
ஆனாலும் உள்ளம் போவென்று தள்ளும்
பின்மாலை நேரம் என்னென்ன நேரும்
ஒன்றாகச் சேரும் கண்ணென்ன கூறும்

கிரி : அத்தானின் பேச்சு முத்தாரமாகும்
சத்தான வாழ்வின் அச்சார மாகும்

நிர் : நீ சொன்ன இன்பம் எங்கே உண்டாகும்
பொன்னான தேகம் என்னென்ன வாகும்
தள்ளாடும் கால்கள் தானாகப் போமோ
தானாகப் போனால் தேனாகிப் போமோ

தேன் மழை

இசை : டி.கே.ராமமூர்த்தி
குரல் : டி.எம்.சௌந்தரராஜன், பி.சுசீலா

024

ஆண்	:	விழியால் காதல் கடிதம்
பெண்	:	வரைந்தாள் ஆசை அமுதம்
ஆண்	:	வண்ணச் சோலையில் மாலையில் பார்க்க
பெண்	:	சின்னப் பூங்குயில் பாடலைக் கேட்க
ஆண்	:	பனிபோல் பார்வை மின்ன
		கனிபோல் வார்த்தை சொன்ன
		சிலைமேல் காதல் கொண்டேன்
		சிரிப்பில் கவிதை கண்டேன்
பெண்	:	இதுதான் மாலை மயக்கம்
		இருக்கும் வாழும் வரைக்கும்
		எதுதான் உறவின் எல்லை
		என்றால் வார்த்தை இல்லை
ஆண்	:	கண்டேன்
பெண்	:	நடந்தேன்
ஆண்	:	கைமேல்
பெண்	:	கிடந்தேன்
ஆண்	:	மலர்போல்
பெண்	:	மலர்ந்தேன்
ஆண்	:	மடிமேல்
பெண்	:	விழுந்தேன்
இருவரும்	:	குளிர் நீராடலாம்

ஆண் : மெதுவாய் மேனி அணைக்க
புதிதாய்ப் பாடம் படிக்க
இதழால் தாகம் தணிய
இருக்கும் மோகம் தணிய

பெண் : முதலில் நாணம் தடுக்கும்
முகத்தை மூடி மறைக்கும்
மனதில் ஆவல் பிறக்கும்
முடிவில் வாரிக் கொடுக்கும்
ஆண் : வெட்கம்
பெண் : மறையும்
ஆண் : சொர்க்கம்
பெண் : புரியும்
ஆண் : பாதை
பெண் : தெரியும்
ஆண் : பயணம்
பெண் : தொடரும்
இருவரும் : பறந்தே போகலாம்

பட்டத்து ராணி

025

இசை : டி.கே.ராமமூர்த்தி

குரல் : பானுமதி

சித்தம் போக்கு சிவம் போக்கு
சத்தம் போட்டா செல்வாக்கு
எனக்கு நானே எப்போதும் ராணி
ஏற இறங்கப் பார்க்காதே போநீ

மாளிகையில் எத்தனையோ கதை நடக்கும்
காசிருந்தும் அத்தனைக்கும் திரை விரிக்கும்
மானமுள்ள சீமான்னு பேரிருக்கும் – அவன்
மனசிலே திருட்டுக்கு வேரிருக்கும்

(சித்தம்)

கெட்டவங்க தொட்ட இடம் பட்டுப் போகும்
நல்லவங்க உள்ள இடம் முள்ளும் மலரும்
சட்டத்துக்கு சட்டமாகும் மனசாட்சி – அது
இல்லாட்டி மனிதனா சீச்சீச்சீ

(சித்தம்)

பட்டத்து ராணி

026

இசை : டி.கே.ராமமூர்த்தி

குரல் : டி.எம்.சௌந்தரராஜன், பி.சுசீலா

பெண் : ஏன் மயக்கமா
இன்றுதான் பழக்கமா
மெல்லவா நெருக்கமா
சொல்லவா சுருக்கமா

(ஏன் மயக்கமா)

மது தருவது பாதி மயக்கம்
மாது தருவது மீதி மயக்கம்
பொழுதெல்லாம் பழ ரசம்
பருகலாம் கிண்ணத்தில்
இரவெலாம் கவிதைகள்
எழுதலாம் கன்னத்தில்

(ஏன் மயக்கமா)

ஆண் : நான் மயங்கினேன்
மயக்கத்தில் மிதக்கிறேன்
என்னையே மறக்கிறேன்
என்னை நீ மன்னிப்பாய்

பெண் : ஒரே கொடியிலே இருகனி கிடைக்கும்
ஒரே சுவையிலே பலவித மயக்கம்
ஒரு முறை அறிமுகம்
அதுவரை புது முகம்
பலமுறை பழகியும்
புதுமுறை அனுபவம்

பட்டத்து ராணி

021

இசை : டி.கே.ராமமூர்த்தி

குரல் : பானுமதி

முன்னாலே ஒரு பொண்ணு – அவளுக்குப்
பின்னாலே பலகண்ணு
பத்தோட பதி னொன்னு
அத்தோட நீ ஒண்ணு
பாவம் பொழைச்சுக்க
பார்த்து ரசிச்சுக்க

(முன்னாலே)

சினிமா, டிராமா தனியாப்பாக்க
பொம்பளை போலாமா
பூவா தலையா போட்டுப் பாப்பான்
போக்கிரிப்பயமாமா
பாதையில் நிப்பான்! வழியை மறைப்பான்
பல்லை இளிப்பான் கதையை அளப்பான்
மொகறையைப் பாத்தா சகலமும் தெரியும்
ஆண் : எப்படி?
தளாங்கு தகதோம் தகதோம் என

(முன்னாலே)

தெருலே சாமி வருவது போல
காருலே அய்யா வந்தாராம்
கையிலே காசு இருக்கிற மனுஷன்
பொய்யிலே உடம்பை வளர்த்தாராம்
ஊரே அடிமை யென்று
தானே நினைத்துக் கொள்ள
காக்காப் பசங்களெல்லாம்
ஆஹா என்று சொல்ல
இந்தக் கோலமென்ன
உங்க ஜாலமென்ன
சீக்கிரம் எல்லாம் மாறப்போகுது
குடிசையும் கோபுரம் ஏறப்போகுது (முன்னாலே)

40 வாலி எழுதிய ஜெமினி படப் பாடல்கள்

சக்கரம்

இசை : எஸ்.எம். சுப்பய்யா நாயுடு

குரல் : எல்.ஆர்.ஈஸ்வரி

028

ஒரு நாள் இரவு
ஒரு மணியளவு
விழித்துக்கொண்டாளொரு மாது
நெடுநாள் கனவு
எதுவோ அதைத்தான்
நினைத்துக் கொண்டாள் அப்போது!

பால்வைத்த கிண்ணம் என்றால்
பருகத்தானே வேண்டும்
பருகாமல் சிந்தும்போது
உருகத்தானே தோன்றும்
அந்நேரத்தில் அம்மம்மாடி
ஆசை வந்து தூண்டும்

(ஒரு நாள்)

இருபுறமும் மலையிருக்கும்
இடையினிலே அருவி விழும்
அருவியிலே நீராட
அந்தியிலே குருவி வரும்
குருவி வந்து குளிக்கையிலே
கொதித்த உடல் ஆறிவிடும்
குமரிமனம் அதுபோலே
குளிர்ந்திருக்க ஆசைப்படும்

(ஒரு நாள்)

பாட்டாகப் பிறந்தென்ன
பாடகனே பாடாமல்
எழுத்தாகப் பிறந்தென்ன
ஏட்டிலிடம் தேடாமல்
பூவாகப் பிறந்தென்ன
கூந்தலிலே சூடாமல்
பெண்ணாகப் பிறந்தென்ன
மன்னவனைக் கூடாமல்

(ஒரு நாள்)

சக்கரம்

இசை : எஸ்.எம். சுப்பய்யா நாயுடு
குரல் : டி.எம்.சௌந்தரராஜன், பி.சுசீலா

029

ஆண் : நீயே ஒரு நேரம் சொல்லு
பெண் : நினைத்துப் பார்த்து முடிவைச் சொல்லு
ஆண் : பூவே ஒரு பொழுதைச் சொல்லு
பெண் : பொங்கிடும் தேனுண்ணும் வழியைச் சொல்லு
(நீயே)

ஆண் : கால்கொண்டு நிலவை நடக்கவைத்து
கண்கொண்டு மலரைப் பேசவைத்து
பாவையென்றே ஒரு பெயர் கொடுத்து
பழகச் சொன்னானோ விழியில் வைத்து

பெண் : ஆடையினாலே உடல் மறைத்தேன்
ஆசையினாலே மனம் மறைத்தேன்
மறைத்ததெல்லாம் நீ பார்க்கையிலே
மறந்திருந்தேன் நான் மயக்கத்திலே
(நீயே)

ஆண் : மாலையிலே நான் வரும்பொழுது
மைவிழியால் ஒரு கதையெழுது
சேலையினால் இங்கு திரைபோட்டு
மடிமேலே அதை அரங்கேற்று

பெண் : காதலன் கூட உள்ளம் வர
காவிரி போலே வெள்ளம் வர
நடந்ததெல்லாம் நான் நினைத்துக்கொள்ள
நாணம் கொண்டேன் அதை எடுத்துச் சொல்ல

சக்கரம்

030

இசை : எஸ்.எம். சுப்பய்யா நாயுடு

குரல் : டி.எம்.சௌந்தரராஜன், எல்.ஆர்.ஈஸ்வரி

பெண் : ட்ரியோ... ட்ரியோ... ட்ரியோ...
நான் பதினாறு தாண்டி
பதினேழு போறேன்
பாத்துக்கிட்டு நிக்கிறியே மாமா
என் பருவத்தைப் போகவிடலாமா

ஆண் : நான் அதுக்காகத் தாண்டி
அலைபோதுறேண்டி
ஆசைப்பட்டுக் கையைத் தொடலாமா
உன் அழகுக்கு தூதுவிடலாமா
ஏம்மா! அழகுக்கு தூதுவிடலாமா
உன்னை வயசாகிப் போனாலும் விடமாட்டேன்
வேறு பொம்பளையைக் கையாலே தொடமாட்டேன்
காதல் பழசாகிப் போனாலும் கெடமாட்டேன்
ஒரு கன்னிப்பொண்ணு பார்வையிலே படமாட்டேன்

பெண் : வெட்டிப் பேச்சாலே நடப்பது எதுவும் இல்லே
தொட்டுத் தொடங்காமல் உடம்புக்கு சுகமுமில்லே
கட்டுக்கடங்காத ஆசைக்கு வழியும் இல்லே
வெட்கம் தடுத்தாலும் சொல்லாமல் முடியவில்லே
(நான் பதினாறு)

ஆண் : நண்டு குடியேற கடலோரம் இடம் தேடுது
வண்டு துளைபோட பழத்தோடு போராடுது
அந்திப் பொழுதோடு இனம் யாவும் உறவாடுது
என்னைத் தனியாக நெனைச்சாத்தான் மனம் வாடுது

பெண் : பச்சைத் தண்ணீரில் குளிச்சாலும் கொதிப்பாகுது
பட்டப்பகல் நேரம் வந்தாலே வெறுப்பாகுது
மயில் இறகாலே தொட்டாலும் உடல் நோகுது
உன்னை நெருங்காமலே எனக்கிந்த நோய் வந்தது
(நான் பதினாறு)

சக்கரம்

031

இசை : எஸ்.எம். சுப்பய்யா நாயுடு

குரல் : டி.எம்.சௌந்தரராஜன், எல்.ஆர்.ஈஸ்வரி
பொன்னுசாமி

ஆண் : குளிக்கப்போனா குமரிப்பொண்ணு
காத்தடிச்சுது சிலு சிலுன்னு
குளிரெடுத்தது வெட வெடன்னு – அவ
கரையிலேறினா மடமடன்னு

பெண் : செவத்த பொண்ணு சிணுங்குதுன்னு
சேத்து அணைச்சுக்கோ கதகதன்னு
விழிச்சுப் பாக்குறா துறுதுறுன்னு – அந்த
வெவரங்கேட்டுக்கோ மளமளன்னு

ஆண் : பழம் பழுத்து கிளையில் நின்று
பந்தாட்டம் ஆடுவதுண்டு
பருவத்திலே பறித்தவர் உண்டு
பசி தீர்ந்து போனவர் உண்டு

பெண் : அய்யோடி ஆம்பளை நீங்க
ஆயினும் அவசரம் தாங்க
அச்சாரம் கேட்காதீங்க
அப்புறமா ஆகட்டும் போங்க

ஆண் : ஆவல் மீறும் போது

பெண் : அதைக் காவலில் வைக்கட்டும் மனது

ஆண் : மாமான்னு சொல்லிட வேணும்
சொல்லிய பொண்ணை அள்ளிட வேணும்

(குளிக்கப் போனா)

பெண் : அடிச்சான் – புடிச்சான்
வளைச்சான் – ஒடிச்சான்
அடிக்கடி துடிச்சுது நாடி
சிரிச்சான்... மொறைச்சான்
நெனைச்சான்... அணைச்சான்
கலந்தது காதல் ஜோடி...

அய்ய்யா... கொள்ளாங்...
சேட்டோ... போய்க்கடா...

ஆண் : போவோமா தனியிடம் பார்த்து
பொன்னான கைகளைச் சேர்த்து
படிப்போமா ஆசைப் பட்டு
மயங்காதோ உள்ளம் கேட்டு

பெண் : கல்யாண மேடையமைச்சு
கச்சேரி வாத்தியம் வச்சு
கழுத்திலே தான் தாலி முடிச்சு
கலந்திருப்போம் மேனியணைச்சு

ஆண் : மாலை போட வரலா...?

பெண் : அதைப் போட்டதும் கேட்டதைத் தரவா

ஆண் : எப்போன்னு தேதியைச் சொல்லு
தேதியைச் சொல்லி
மீதியைச் சொல்லு

(குளிக்கப் போனா)

சக்கரம்

032

இசை : எஸ்.எம். சுப்பய்யா நாயுடு

குரல் : டி.எம்.சௌந்தரராஜன்

காசேதான் கடவுளப்பா – அந்தக்
கடவுளுக்கும் இது தெரியுமப்பா
கைக்கு கைமாறும் பணமே – உன்னைக்
கைப்பற்ற நினைக்குது மனமே
நீ தேடும்போது வருவதுண்டோ
விட்டுப் போகும்போது சொல்வதுண்டோ

(காசேதான்)

தாயைத் தவிர தந்தையைத் தவிர
காசால் எதையும் வாங்கிடலாம்
தலையா? பூவா? போட்டுப்பார்த்து
தலைவணங்காமல் வாழ்ந்திடலாம்
கல்லறை கூட சில்லரை இருந்தால்
வாய் திறந்தே மொழி பேசுமடா
இல்லாதவன் சொல் சபையேறாமல்
ஏளனமாகப் போகுமடா

(காசேதான்)

அளவுக்கு மேலே பணம் வைத்திருந்தால்
அவனும் திருடனும் ஒன்றாகும்
வரவுக்கு மேலே செலவுகள் செய்தால்
அவனும் குருடனும் ஒன்றாகும்
களவுக்குப் போகும் பொருளை எடுத்து
வறுமைக்குத் தந்தால் தருமமடா
பூட்டுக்கு மேலே பூட்டைப் போட்டு
பூட்டி வைத்தால் அது கருமமடா

(காசேதான்)

கொடுத்தவன் விழிப்பான்
எடுத்தவன் முடிப்பான்
அடுத்தவன் பார்த்தால் சிரிப்பானே
சிரித்தவன் அழுவதும்
அழுதவன் சிரிப்பதும்
பணத்தால் வந்த நிலைதானே
கையிலும் பையிலும் ஓட்டமிருந்தால்
கூட்டமிருக்கும் உன்னோடு
தலைகளையாட்டும் பொம்மைகள் எல்லாம்
தாளங்கள் போடும் பின்னோடு

(காசேதான்)

ஐந்து லட்சம்

இசை : எஸ்.எம். சுப்பய்யா நாயுடு
குரல் : டி.எம். சௌந்தரராஜன்

033

நான் பாடிய முதல் பாட்டு
இவள் பேசிய தமிழ் கேட்டு!
நான் கவிஞனென்றான தெல்லாம்
இந்த அழகியின் முகம் பார்த்து!!

(நான்)

கள்ளில் உண்டாகும் போதை – இவள்
சொல்லில் உண்டாவதேனோ?
தொட்டால் உண்டாகும் இன்பம் – கண்கள்
பட்டால் உண்டவதேனோ?
இவள் காலடி நிழல் படும்நேரம்
மலர் போலே முள்ளும் மாறும்

(நான்)

எதிரில் நின்றாடும் போது – இள
மனதை பந்தாடும் மாது
அருகில் வந்தாடவேண்டும் – அதில்
ஒரு கோடிப்பாடல் தோன்றும்
வண்ண ஆடைகள் மூடிய தேகம்
அதைக் கொஞ்சும் இளமைவேகம்

(நான்)

கோயில் கொள்ளாத சிலையோ – இளங்
கிளிகள் கொய்யாத கனியோ
ஏட்டில் இல்லாத கவியோ – இவள்
எழுத்தில் வராத பொருளோ
மடல் வாழையைப் போலிவள் மேனி
நகை சிந்தும் அழகு ராணி

(நான்)

ஐந்து லட்சம்

034

இசை : எஸ்.எம். சுப்பய்யா நாயுடு

குரல் : டி.எம். சௌந்தரராஜன், பி.சுசீலா

ஆண் : ஆசைப்பட்டது நானல்ல
மனது – என்
மனது

பெண் : ஆவசரப்பட்டது நானல்ல
வயது – இள
வயது

(ஆசை)

ஆண் : அழகு கெடாமல் மெதுவாக
அணைக்கட்டுமா நான் இதமாக
நெஞ்சணையோ இல்லை பஞ்சணையோ
துயில் கொள்ள வேண்டும் சுகமாக

(ஆசை)

பெண் : செவ்விதழோரம் பழச்சாறு
சேர்த்து வைத்தேனே சுவைபாரு
மடியினிலே வந்து குடியேறு
விடியுமட்டும் நீ இளைப்பாறு

(ஆசை)

ஆண் : முன்னழகில் ஒரு தேரோட்டம்
பின்னழகில் ஒரு நீரோட்டம்
பொன்னழகே வண்ணப் பூவழகே
உன்னருகே என் உயிரோட்டம்

(ஆசை)

பெண் : கண்களினாலே பந்தலிடு
கைகளினாலே மாலையிடு
இளமை முதல் வரும் முதுமை வரை
வளரட்டுமே நம் காதல் கதை

(ஆசை)

பூவா தலையா

இசை : எம்.எஸ்.விஸ்வநாதன்

குரல் : டி.எம்.சௌந்தரராஜன், எல்.ஆர்.ஈஸ்வரி

035

ஆண் : ஷட் அப்!
பெண் : ஐசே யூ ஷட் அப்!
ஆண் : கெட் அவுட்!
பெண் : ஐசே யூ கெட் அவுட்!
ஆண் : ஐ காட் யூ!
பெண் : ஐ ஹேட் யூ!
ஆண் : ஐ வில் பீட் யூ!
பெண் : ஐ வில் டீச் யூ!
ஆண் : அடி சர்தான் போடி வாயாடி
சண்டைக்கு நீயா சரி ஜோடி!
பெண் : அட சர்தான் போய்யா சிடுமூஞ்சி
சிரிச்சாப் போதும் அழுமூஞ்சி
ஆண் : மக்கு!
பெண் : மண்டு!
ஆண் : குண்டு!
பெண் : கோட்டான்!
ஆண் : மானமிருக்கா?
பெண் : ஈனமிருக்கா?
ஆண் : ரோசமிருக்கா?
பெண் : வீரமிருக்கா
ஆண் : உனக்குப் பெண்மையிருக்கா?
(அட சர்தான்)
பெண் : பட்டிக்காட்டுப் பொண்ணா – நான்
குட்டக்குட்டக் குனிந்திருக்க
ஆண் : வெட்டிப் பேச்சுப் பயலா – நான்
எட்ட எட்டப் பயந்திருக்க
பெண் : வேளை கெட்ட வேளை – நீ
சேலைகிட்டே மோதாதே

ஆண் : முளைகெட்டுப் போச்சு – நீ
மூக்கொடைஞ்சு போகாதே
பெண் : உன்னாலே ஆனமட்டும்
சொல்லிப்பாரு; துள்ளிப்பாரு;
நம்மக்கிட்டே நடக்குமா?
ஆண் : என்னோடு மோத வந்தா
பெண்ணழகே உன்னழகு
உள்ளபடி இருக்குமா?
பெண் : ஆஹா...
ஆண் : ம்... ஹூம்...

(அடி சர்தான்)

ஆண் : பத்ரகாளி போல – நீ
கண்ணைக்கண்ணை உருட்டாதே
பெண் : மதுரைவீரன் போலே நீ
சின்னப் பொண்ணை மிரட்டாதே
ஆண் : அத்தை பெத்தமகளே – நீ
வித்தையெல்லாம் படிக்காதே
பெண் : மெத்தப்படிச்ச மாமா – நீ
அத்துமீறி நடக்காதே
ஆண் : பொல்லாத வாய்கொடுத்து
பொண்ணுவந்து மாட்டிக்கிட்டு
கண்ணுரெண்டும் பிதுங்குது
பெண் : இல்லாத ஆட்டமெல்லாம்
ஆடவந்த ஆம்பிள்ளைக்குக்
காலும் கையும் நடுங்குது
ஆண் : ஆஹா...
பெண் : ஆஹா...

வாலி எழுதிய ஜெமினி படப் பாடல்கள் 51

பூவா தலையா

036

இசை : எம்.எஸ்.விஸ்வநாதன்

குரல் : டி.எம்.சௌந்தரராஜன்,
சீர்காழி கோவிந்தராஜன்

பூவா தலையா போட்டாத்தெரியும்
நீயா நானா பார்த்துவிடு
கமான் கிளாப் ஒன்... டூ...
பூவா தலையா போட்டாத் தெரியும்
நீயா நானா பார்த்துவிடு
பூவிழுந்தா நீ நெனைச்சபடி
தலைவிழுந்தா நான் கேட்டபடி! (பூவா)

காசிருந்தாத்தான் சுண்டச்சொல்லும்!
கண்டவன் வாயைக் கிண்டச்சொல்லும்!
ஏறுக்கு மாறாப் பேசச்சொல்லும்!
எதுத்து நின்னா என்னாகும்?

தேவைக்கு மேலே
தேடிவச்சாலே
ஆடச் சொல்லாதோ
ஆணவத்தாலே (பூவா)

சாட்டைக்குப் பயந்தா சண்டிக்குதிரை
சருக்கி விழுந்தா நொண்டிக்குதிரை!
ஓட்டமெடுத்தா கிண்டிக்குதிரை
ஒழுங்காயிருந்தா வண்டிக்குதிரை!

சாது மிரண்டா
காடு கொள்ளாது
ஓடி ஒளிஞ்சா
ஆளைவிடாது (பூவா)

சுவர் இருந்தாத்தான் சித்திரம் போட!
சிலை யிருந்தாத்தான் கோயிலை நாட!
தமிழ் இருந்தாத்தான் காவியம்பாட!
தலை யிருந்தாத்தான் பூச்சூட!

மாப்பிள்ளை முறுக்கு
யாருக்குமிருக்கு
வீம்புக்கு முறைச்சா
மாறிடுங்கணக்கு

(பூவா)

பூவா தலையா

031

இசை : எம்.எஸ்.விஸ்வநாதன்
குரல் : டி.எம்.சௌந்தரராஜன்

மதுரையில் பறந்த மீன் கொடியை – உன்
கண்களில் கண்டேனே – போரில்
புதுமைகள் புரிந்த சேரன் வில்லை
புருவத்தில் கண்டேனே!

தஞ்சையில் பறந்த புலிக்கொடியை – உன்
பெண்மையில் கண்டேனே – இவை
மூன்றும் சேர்ந்து தோன்றும் உன்னைத்
தமிழகம் என்றேனே

(மதுரையில்)

காஞ்சித் தலைவன்
கோவில் சிலைதான்
கண்மணியே உன் பொன்னுடலோ?

குடந்தையில் பாயும்
காவிரி அலைதான்
காதலியே உன் பூங்குழலோ?

(மதுரையில்)

சேலத்தில் விளையும்
மாங்கனிச் சுவைதான்
சேயிழையே உன் செவ்விதழோ?

தூத்துக்குடியின்
முத்துக்குவியல்
திருமகளே உன் புன்னகையோ?

(மதுரையில்)

பொதிகை மலையில்
புறப்படும் தென்றல்
இளையவளே உன் நடையழகோ?

புதுவை நகரில்
புரட்சிக்கவியின்
குயிலோசை உன் வாய்மொழியோ?

(மதுரையில்)

கோவையில் விளையும்
பருத்தியில் வளரும்
நூலிழைதான் உன் இடையழகோ?

குமரியில் காணும்
கதிரவன் உதயம்
குலமகளே உன் வடிவழகோ?

இவையாவும்
ஒன்றாய்த் தோன்றும் – உன்னைத்
தமிழகம் என்றேனே

(மதுரையில்)

பூவா தலையா

038

இசை : எம்.எஸ்.விஸ்வநாதன்

குரல் : டி.எம்.சௌந்தரராஜன்

போடச்சொன்னால் போட்டுக்கறேன்
போதும் வரை கன்னத்திலே
பொன்னழகே பெண்ணழகே
போவ தெங்கே கோபத்திலே

(போடச)

ஜானகிராமன் காட்டினில் திரிஞ்சான்
பாதியில் தானே சீதையைப் பிரிஞ்சான்
அவர்களைச் சேர்க்க அனுமான் பறந்தான்
நமக்கது போலே யார்தானிருந்தான்
துடித்தேன்; துவண்டேன்; இளைத்தேன்; களைத்தேன்;
ஆண் பாவும் பொல்லாதடி!

(போடச)

கொஞ்சும் தமிழை வார்த்தையில் கண்டேன்
கோடி நிலாவைப் பார்வையில் கண்டேன்
குங்குமச் சிமிழை இதழ்களில் கண்டேன்
இடிமழை மின்னலை கோபத்தில் கண்டேன்
சரியோ; தவறோ; குறையோ; முறையோ;
இன்றோடு போகட்டுமே!

குரல் : ஏ.எல்.ராகவன்

போடச் சொன்னால் போட்டுக்கறேன்
போதும் வரை கன்னத்திலே
பொன்னழகே பெண்ணழகே
போவதெங்கே கோபத்திலே

(போடச)

கோடை வந்தால் ஊட்டிக்குப் போவேன்
பைத்தியம் பிடிச்சால் குத்தாலம் வருவேன்
காதல் வந்தால் உன்னிடம் வருவேன்
கோபம் கொண்டால் யாரிடம் போவேன்
நடிப்பு! சிரிப்பு! துடிப்பு! வெறுப்பு
ஒண்ணாகிப் பெண்ணானதோ!

(போடச்)

குரல் : மனோரமா

போடச் சொன்னால் போட்டுக்கறேன்
போதும் வரை கன்னத்திலே
பொன்னழகே பெண்ணழகே
போவதெங்கே கோபத்திலே

(போடச்)

ஜானகிராமன் காட்டிலே திரிஞ்சான்
பாதியில் தானே சீதையைப் பிரிஞ்சான்
அவர்களைச் சேர்க்க அனுமான் பறந்தான்
நமக்கது போலே யார்தானிருந்தான்?
துடித்தேன்; துவண்டேன்; இளைத்தேன்; களைத்தேன்;
ஆண்பாவம் பொல்லாதடி!

(போடச்)

கோடை வந்தால் ஊட்டிக்குப் போவேன்
பைத்தியம் புடிச்சால் குத்தாலம் வருவேன்
காதல் வந்தால் உன்னிடம் வருவேன்
கோபம் கொண்டால் யாரிடம் போவேன்
நடிப்பு; சிரிப்பு; துடிப்பு; வெறுப்பு;
ஒண்ணாகிப் பெண்ணானதோ

(போடச்)

வாலி எழுதிய ஜெமினி படப் பாடல்கள்

பூவா தலையா

039

இசை : எம்.எஸ்.விஸ்வநாதன்
குரல் : பி.சுசீலா, எல்.ஆர்.ஈஸ்வரி

நிம்மி : பாலாடை மேனி பனிவாடைக்காற்றில்
நீராட வந்தோமடி
சிறு நூலாடும் இடையில் மேலாடும் உடைகள்
போராடக் கண்டோமடி
ஓ... ராஜி.....!
ராஜி : ஓ... நிம்மி...!

(பாலாடை)

நிம்மி : தலைமுதல் கால்வரை அலைவந்து தழுவ
சிலைமகள் பூவுடல் குளிர்கொண்டு நடுங்க
ஓ... ஹோ... ஹோ... நடுங்க
ராஜி : ஒருவரை ஒருவர் துணையென்று நெருங்க
இருவரும் ஓரினம் என்பதில் மயங்க
ஓ... ஹோ... ஹோ... மயங்க...

(பாலாடை)

ராஜி : தொட்டுப் பார்த்தான்
தொட்டுப் பார்த்தான்
தேனலை போலொரு காதலன் வந்தான்
கட்டிக் காத்தான்
தாமரை மேவிய பூவிதழோரம்
வண்ணம் கொஞ்சும் கன்னிப் பெண்ணை
முத்தம் கேட்டான்
நிம்மி : அள்ளிச் சேர்த்தான்
அள்ளிச் சேர்த்தான்
ஓவியப் பாவையின் பூமுகம் கண்டான்
கிள்ளிப் பார்த்தான்
ஆயிரம் ஆசைகள் நாடகம் ஆடும்
வஞ்சிப் பெண்ணின் நெஞ்சுக்குள்ளே
வட்டம் போட்டான்

நிம்மி : ஓ... ராஜி......!
ராஜி : ஓ... நிம்மி.....!

(பாலாடை)

நிம்மி : பெண்ணைப் பார்த்தான்
பெண்ணைப் பார்த்தான்
தன்னை மறந்தொரு போதையைக் கண்டான்
பக்கம் சேர்த்தான்
காதலில் ஊறிய காதலி நெஞ்சை
கண்கள் என்னும் ஜன்னல் கொண்டு
எட்டிப் பார்த்தான்
ராஜி : சுற்றிப் பார்த்தான்
சுற்றிப் பார்த்தான்
யாருமிலா தொரு பொழுதினைக்கண்டான்
திட்டம் போட்டான்
எத்தனைக் காலங்கள் ஏங்கியிருந்தான்
உள்ளம் பொங்கும் வெள்ளம் தன்னை
கொட்டித் தீர்த்தான்
நிம்மி : ஓ... ராஜி.......!
ராஜி : ஓ... நிம்மி......!

(பாலோடை)

இரு கோடுகள்

040

இசை : வி.குமார்

குரல் : டி.எம்.சௌந்தரராஜன்,
ஏ.எல்.ராகவன், ஜமுனாராணி, ஸ்வர்ணா,

தொகையறா

அன்றுதமிழ் தோன்றி விளையாடியதும் இங்கே;
காலடியும் ஐந்து வகைக் காவியமும் இங்கே;
ஆறறிவும் தெளிவு பெறத் தேடியதும் இங்கே;
நான் பிறந்து பூங்கவிதை பாடியதும் இங்கே;

பாட்டு

பாரதியார்:

பாப்பாப் பாட்டுப் பாடிய பாரதி
நான்தானே! – நான்
பாடிய பாட்டை மீண்டும் கேட்க
பிறந்தேனே! – உயிர் கொண்டு
வந்தேனே!

இரண்டு குடிகாரர்கள்:

அச்சமில்லை! அச்சமில்லை!
அச்சமென்பதில்லையே!
உச்சிமீது வானிடிந்து
வீழுகின்ற போதினும்
அச்சமில்லை! அச்சமில்லை!
அச்சமென்பதில்லையே

பாரதியார்:

அடப்பாவி!
அச்சமில்லை! அச்சமில்லை!
அச்சமில்லையே என்று
அன்று சொன்ன பாட்டுக்கின்று
அர்த்தமில்லையே!
நாலு பேர்க்கு உண்மை சொல்ல
நாட்டுக்காக நன்மை செய்ய
அச்சமின்றி வாழ்வதற்குப்
பாட்டைச் சொன்னேனே! – அதை
ஆட்டம் போடும் பாவிமனிதன்

60 வாலி எழுதிய ஜெமினி படப் பாடல்கள்

மாற்றிச் சொன்னானே! – பொருளை
மாற்றிச் சொன்னானே! (பாப்பாப் பாட்டு)

நாகரீகப் பெண்கள்:

பட்டங்களாள்வதும் சட்டங்கள் செய்வதும்
பாரினில் பெண்கள் நடத்த வந்தோம்!
வீட்டினில் பெண்ணைப் பூட்டிவைப்போமென்
விந்தை மனிதர் தலைகவிழ்ந்தார்!
புதுமைப் பெண்களடி! நாங்கள்
புதுமைப் பெண்களடி

பாரதியார்:

அய்யகோ!
பெண்களல்ல! – அய்யகோ!
பெண்களல்ல
இவர்களை நான் பெண்ணென்று
எப்படிச் சொல்ல!
நான் சொன்ன புதுமைப்பெண்
இப்படியல்ல!
அறிவைத் தானே கூட்டச் சொன்னேன்?
அம்மம்மா!
ஆடையை நானா குறைக்கச் சொன்னேன்?
அடக்கம் விட்டா ஓடச் சொன்னேன்?
அடிமைத் தனத்தைச் சாடச் சொன்னேன்?

குழந்தைகள்:

ஓடி விளையாடு பாப்பா! – நீ
ஓய்ந்திருக்க லாகாது பாப்பா!

தப்பிய இரு கைதிகள்:

விடுதலை! விடுதலை! விடுதலை!
பறையருக்கும் இங்கு தீயர்
புலையருக்கும் விடுதலை!
பரவரோடு குறவருக்கும்
மறவருக்கும் விடுதலை!

பாரதியார்:
கெடுதலை எண்ணும் தறுதலைகளுக்கா
விடுதலை வேண்டிப் பாடினேன் – நான்
விடுதலை வேண்டிப் பாடினேன்?
ஒரு தலையாகப் பொருள் குவியாமல்
சரிசமமாக வேண்டினேன்! – நான்
திருடச் சொல்லியா தூண்டினேன்!
ஒருத்தியைப் பின் தொடர்ந்து:
திக்குத் தெரியாத காட்டில் – உனைத்
தேடித் தேடி இளைத்தேனே!
கண்ணே என் திருகண்மணியே! – உனைக்
கட்டித் தழுவ மனம் கொண்டேன்!

பாரதியார்:
கண்ணன் பாட்டைக் காமுகன் பாடி
ஊரைக் கெடுத்தானே! என் பேரைக்
கெடுத்தானே!
காதல் என்பதை கடைச் சரக்காக
மாற்றிட நினைத்தானே! – என்
மதிப்பைக் குறைத்தானே!

குடுகுடுப்பைக்காரன்:
குடு குடு குடு குடு குடு குடு குடு குடு
நல்ல காலம் வருகுது! நல்ல காலம்
வருகுது!
சாதிகள் சேருது; சண்டைகள் தொலையுது
பழைய பயித்தியம் படீலென்று தெளியுது!

பாரதியார்:
பாப்பாப் பாட்டு பாடிய பாரதி
நான்தானே! – நான்
பாடிய பாட்டு படுகிற பாட்டைக்
கண்டேனே! – மீண்டும்
சென்றேனே!

இரு கோடுகள்

041

இசை : வி.குமார்

குரல் : டி.எம்.சௌந்தரராஜன்

நானொரு குமாஸ்தா! – நான்
பாடுவேன் தமாஷா!
நல்ல நல்ல பாட்டு
சொல்லக் சொல்லக் கேட்டு
துள்ளித் துள்ளி ஓடுவது
பெண்கள் விளையாட்டு!

(நானொரு)

அறிவுப் போட்டியில் அன்று – அந்த
ஔவைப் பாட்டிதான் வென்றாள்
அழகுப் போட்டியில் இன்று – எங்கள்
அத்தைப் பாட்டியும் நின்றாள்!

நிலவைப் போலவே பெண்கள் – என்று
புலவர் பாடினார் அன்று – அந்த
நிலவை அளந்தவன் இன்று – பெண்கள்
நெஞ்சை அளப்பது என்று?

பானை சட்டி கைப்பிடித்து
பிள்ளை குட்டி பெற்றெடுத்து
பூனை போல அடங்கி நின்ற
பெண்மையே! – இன்று
ஆணினத்தையே ஆட்டிவைப்ப
துண்மையே!

(நானொரு)

கொண்ட நாணத்தாலன்றோ – பெண்
குனிந்து நடந்தது அன்று!
கொண்டை பாரத்தாலன்றோ – உடல்
கூனி நடக்கிறாள் இன்று!

ஏழு பிள்ளைகள் பெற்று – பெண்
எடுத்து வளர்த்தது உண்டு!
மூன்று போதுமே என்று – சிவப்பு
முக்கோணம் போட்டாள் இன்று!

பட்டம் பதவி தேடிக் கொண்டு
சட்ட திட்டம் பேசிக் கொண்டு
பேர் விளங்க வாழ வேண்டும்
நாட்டிலே! – ஆனால்
போரை மட்டும் நிறுத்த வேண்டும்
வீட்டிலே!

(நானொரு)

காவியத்தில் போட்டி கண்டோம் அந்தநாள் காதல்
கண்ணகிக்கும் மாதவிக்கும் வந்ததால்!
கற்பினோடு காதல் வைத்த போட்டியில் – பதில்
காலம் கூட சொல்லவில்லை ஏட்டினில்!

ஒருவருக் கொருவர்குறை ந்தவரல்ல
இவளுக்கு அவளே மேலென்று சொல்ல!
அன்று போல இன்றுகூட
இருவருண்டு போட்டிப் போட
கண்ணகியா? மாதவியா?
வெல்வது – என்ற
கேள்விக்கு நானென்ன பதில்
சொல்வது?

(நானொரு)

64 வாலி எழுதிய ஜெமினி படப் பாடல்கள்

இரு கோடுகள்

இசை : வி.குமார்

குரல் : பி.சுசீலா, ஜமுனா ராணி

042

ஜெயா : நவராத்திரியில்
கொலுமண்டபத்தில்
இவள் பாடலிலே
ஒரு கேள்வி பிறக்கும்

ஜானகி : நவராத்திரியில்
கொலுமண்டபத்தில்
இவள் பாடலிலே
பதில் மறைந்திருக்கும்!

ஜெயா : புன்னகை மண்ணன்
பூவிழிக் கண்ணன் ருக்மணிக்காக
அவள் புல்லாங்குழலில்
உள்ளம் மயங்கும் கண்மணிக்காக

ஜானகி : புன்னகை மன்னன்
பூவிழிக் கண்ணன் இருவருக்காக
இந்த பாமா ருக்மணி
இருவருமே அவன் ஒருவனுக்காக

ஜெயா : புன்னகை மன்னன்
பூவிழிக் கண்ணன் ருக்மணிக்காக!

ஜானகி : இந்த பாமா ருக்மணி
இருவருமே அவன் ஒருவனுக்காக!

ஜெயா : தேவன் முருகன்
கோவில் கொண்டது
வள்ளியின் நெஞ்சத்திலே!

ஜானகி : அவன் – தேவானை என்றொரு
பூவையை மணந்தது
திருப்பரங்குன்றத்திலே!

ஜெயா : மாலையிட்டால் அது
ஓர் முறைதான் என
நினைப்பது பெண்மையன்றோ!

ஜானகி : ஒரு – மாலையை இரு
தோளுக்குச் சூடுதல்
இறைவன் தன்மையன்றோ!

ஜெயா : அது – ஏட்டில் உள்ள கதை

ஜானகி : இது – இன்றும் தொடரும் கதை

ஜெயா : அது – பொம்மைக் கல்யாணம்

ஜானகி : இது உண்மைக் கல்யாணம்

ஜானகி : புன்னகை மன்னன்
பூவிழிக் கண்ணன்

ஜெயா : ருக்மணிக்காக
அவன் புல்லாங்குழலில்
உள்ளம் மயங்கும் கண்மணிக்காக!

ஜெயா : கொஞ்சும் கணவன்
குங்குமம் வைப்பது
ஒருத்தியின் நெற்றியிலே!

ஜானகி : அந்த குங்குமம் வைத்தவன்
சங்கமமானது
இருவரின் நெஞ்சினிலே!

ஜெயா : ஈருயிர் என்றும்
ஓருடல் தன்னில்
இருந்திட வழியுண்டோ?

ஜானகி : ஒரு - முகத்துக்கு இரண்டு
விழிகளை வைத்த
இயற்கையில் தவறுண்டோ?

ஜெயா : இந்த கேள்விக்கு பதிலேது?

ஜானகி : சிலர் வாழ்வுக்குப் பொருளேது?

ஜெயா : அது உறவின் மாறாட்டம்!

ஜானகி : இது உரிமைப் போராட்டம்!

ஜெயா : புன்னகை மன்னன்
பூவிழிக் கண்ணன் ருக்மணிக்காக
அவன் புல்லாங்குழலில்
உள்ளம் மயங்கும் கண்மணிக்காக!

ஜானகி : புன்னகை மன்னன்
பூவிழிக் கண்ணன் இருவருக்காக
இந்த பாமா ருக்மணி
இருவருமே அவன் ஒருவனுக்காக!

கண்மலர்

இசை : கே.வி.மகாதேவன்

குரல் : பாலமுரளி கிருஷ்ணா,
சூலமங்கலம் ராஜலட்சுமி

043

தோடுடைய செவியன் விடையேறியோர்
தூவெண் மதி சூடி
காடுடைய சுடலைப் பொடி பூசி – என்
உள்ளங் கவர் கள்வன்
ஏடுடைய மலரான் முனைநாட் பணிந்
தேத்த அருள் செய்த
பீடுடைய பிரமாபுரமேவிய
பெம்மானிவனன்றோ!

ஓதுவார்! – உன் பெயர்
ஓதுவார்!
ஓம், ஓம், ஓம் ஓமெனும் மந்திரத்தின்
உட்பொருள் நாடுவார்!
ஓதாமல் ஒரு நாளும்
இருப்பதில்லை! உந்தன்
பாதார விந்தத்தை
மறப்பதில்லை!
நாதா! உன் திருநாமம்
கசப்பதில்லை! – எங்கள்
ஆதாரமான இடம்
உனது தில்லை!...

கங்கை கொண்டான்! என்மேல்
கருணை கொண்டான்! – பிறைத்
திங்கள் கொண்டான் – நெஞ்சைத்
திருடிக் கொண்டான்!
மங்கை கொண்டான்! – எனது
மனதைக் கொண்டான்! – இவை
யாவையும் கொண்டான்! – எந்தன்
மாலையும் கொண்டான்!

வைராக்கியம்

044

இசை : எஸ்.எம்.சுப்பய்யா நாயுடு

குரல் : டி.எம்.சௌந்தரராஜன், எல்.ஆர்.ஈஸ்வரி

தொகையறா

ஆண் : தென்பாண்டிச் சீமையிலே
நான் பிறந்தேன்
தெம்மாங்கு பாட்டுப்பாடி
ஆடவந்தேன்

பாட்டு

பெண் : தேருக்கு சேலைகட்டி
தெருவில் விட்டா
யாருக்கும் ஆசைவரும்
பார்வை பட்டா

ஆண் : தெருவோரம் ஆட்டம் போடும்
கூட்டத்துக்கும் பண்புண்டு
மரியாதை காட்டவேணும்
யாரு அந்தக் கண்கொண்டு
பால்போல உள்ளங்கொண்ட
பிள்ளை – எங்களுக்கு
கள்ளமில்லை – ஒரு கபடமில்லை

பெண் : சதிராட்டம் ஆடும் இந்தப் பெண்ணுக்கு
சங்கீதம் பாடும் வண்ணக் கண்ணுக்கு
நல்லோர்கள் உள்ளம்தானே பல்லக்கு
இங்கே –
நன்றியைச் சொல்லவந்தோம் அன்புக்கு
மானோடு மீனும் வந்து
ஆடும் – கண்ணிரெண்டும்
எடைபோடும் தொட்டால்
தடைபோடும்

(தேருக்கு)

ஆண் : வானம்தான் கூரைபோல
வையம் எங்கள் வீடாகும்
மானம்தான் ஆடைபோல
மக்கள் எங்கள் உறவாகும்
நெஞ்சோடு வஞ்சம் ஒன்றும்
இல்லை - ஊருக்குள்ளே
பகையில்லே - ஒரு
பயமில்லை

பெண் : யார் யாரோ வந்தார் என்னைச் சந்திக்க
ஏதோதோ சொன்னார் உள்ளம் தித்திக்க
வேண்டாத எண்ணம் எல்லாம் சிந்திக்க
நானென்ன செய்வேனய்யா மன்னிக்க
கைத்தாளம் போடச்சொல்லும்
பாட்டு - சொல்லக் கேட்டு
ஊர் மயங்கும் - எங்கள்
பேர் விளங்கும்

(தேருக்கு)

வைராக்கியம்

045

இசை : எஸ்.எம்.சுப்பய்யா நாயுடு

குரல் : டி.எம்.சௌந்தரராஜன், எல்.ஆர்.ஈஸ்வரி

ஆண் : கடவுள் படைச்ச உலகத்திலே
மனுஷன் இல்லையடா!
மனுஷன் படைச்ச உலகத்திலே
கடவுள் இல்லையடா!
அட,
ஏண்டா மனுஷன் ஏய்க்கிறான்? எவன்
ஏமாந்திருப்பான்னு பாக்கிறான்!
ஆண்டவன் மனசைப் படைச்சுப்புட்டான் – அதன்
பாதைய மனுஷன் அடைச்சுப்புட்டான்
அடுத்தவன் பொருளுக்கு ஆசைவச்சான் – இந்த
ஆம்பளைக்கு எவன்டா மீசைவச்சான்
(ஏண்டா)

பெண் : வைக்கலைத் திணிக்கிறான்
கன்னுக்குட்டியாக்குறான்
பக்கத்திலே நிக்கவச்சுப்
பாலைக் கறக்கிறான் சர்... சர்... சர்...
வெக்கங்கெட்ட விதத்திலே
ரொக்கப் பணம் சேக்கிறான்
வேளை வந்தா இவனையும்
நாலுபேரு தூக்குறான்
(அட ஏண்டா)

ஆண் : கும்பலைக் கூட்டுறான்
கொடிய நாட்டுறான்
கொஞ்சநேரம் நின்னு பார்த்தா
உண்டியலை நீட்டுறான்! அவன்
கட்சியக் காட்டிப்

> பணம் 'தா'ங்கிறான்! இவன்
> பட்சியக் காட்டிப்
> பணம் வாங்குகிறான்!

பெண் : மாடிவீட்டு மெத்தையிலே
எத்தனையோ நடக்குது
மானங்கெட்ட காரியத்தை
காசு பணம் மறைக்குது

ஆண் : ஏழைபடும் பாட்டுக்கெல்லாம்
காலம் ஒன்னு இருக்குது

பெண் : ஏச்சுப் பொழைக்கும் கூட்டத்தையே
கேள்விக் கேட்க துடிக்குது!

(அட ஏண்டா)

வைராக்கியம்

இசை : எஸ்.எம்.சுப்பய்யா நாயுடு
குரல் : டி.எம்.சௌந்தரராஜன், எல்.ஆர்.ஈஸ்வரி

046

ஆண் : சொல்லத் துடிப்பது என்ன
மெல்ல சிரிப்பது என்ன
மூடி மறைப்பது என்ன
மேகம் பிறக்குது வா... வா

பெண் : கேட்கத் துடிப்பது என்ன
கேள்வி பிறப்பது என்ன
பார்க்க நினைப்பது என்ன
பாக்கி இருக்குது வா... வா...

ஆண் : சிரிக்கும்போது இதழ்
வடிக்கும் தேனை மனம்
குடிக்கவேண்டுமெனத் துடிப்பதென்ன

பெண் : நினைக்கும்போது ஒரு
மயக்கம் தோன்றும் விதம்
அணைக்கவேண்டிய எனை அழைப்பதென்ன
(சொல்ல)

ஆண் : மாளிகை வாசலில்
மாங்குயில் கூவலாம்

பெண் : ஏழையின் கீதமே
காவியம் ஆகலாம்

ஆண் : இலைகள் மூடி இரு
கனிகள் ஆட அதைக் கிளிகள் தேடிவந்து
சுவைப்பதென்ன?

பெண் : பனியில் தூங்கும் மலர்
தனிமை தீர வண்டு
இனிய ராகம் கொண்டு கலப்பதென்ன?

ஆண் : காதலின் ஊர்வலம்
நாளை நாம் காணலாம்

பெண் : ஊரெல்லாம் உறவெல்லாம்
வாழ்த்தினால் கூடலாம்!
(சொல்ல)

வைராக்கியம்

இசை : எஸ்.எம்.சுப்பய்யா நாயுடு
குரல் : எல்.ஆர்.ஈஸ்வரி

047

மூனா இத்தன்னா தானா இம்மன்னா
வேண்டுமா – மா... மா
மு...த்...த...ம்

(மூனா)

ஒன்னா ரெண்டா உனக்கும் எனக்கும்
உள்ளதைச் சொன்னா எத்தனை இருக்கும்
கண்ணால் பேசும் காதல் மயக்கம்
சொன்னால் தீருமா? அளந்து
சொன்னால் தீருமா?

(மூனா)

துள்ளுது துள்ளுது அழகு சித்திரம்
அள்ளுது அள்ளுது மனது பத்திரம்
மின்னுது மின்னுது மேனிரத்தினம்
தொட்டால் போதுமா? மாமா...

வசனம்:

ததும்பித் ததும்பித்தா
தளும்பத் தளும்பத்தா
திரும்பத் திரும்பத்தா

நினைச்சு நினைச்சு உருகித் தவிச்சு
நீயும் நானும் உடம்பு இளைச்சு
உதட்டை மடிச்சு மதுவை வடிச்சு
உண்டால் பாவமா? சுவையைக்
கண்டால் பாவமா?
திருட்டுப் பசங்க உருட்டு முழியும்
முரட்டுப் பசங்க புரட்டு மொழியும்
உருட்டி மிரட்டி விரட்டிப் பிடிக்க
வந்தால் நடக்குமா?
மு...த்...த...ம்

(மூனா)

வைராக்கியம்

048

இசை : எஸ்.எம்.சுப்பய்யா நாயுடு
குரல் : டி.எம்.சௌந்தரராஜன்,
எஸ்.பி.பாலசுப்பிரமணியம்

ஆண் : மதுவையெடுத்துக் கொஞ்சம் ஊற்று! – அந்த
மயக்கத்திலே வரும் பாட்டு! – மலர்
இதழைத் திறந்து கொஞ்சம் காட்டு! – அந்த
இனிய சிரிப்பில் சுவை கூட்டு

பெண் : இருப்பதை ரசிக்கட்டும்
இளமை! – அந்த
இளமைக்கு நான்தான் தலைமை
உச்சிமுதல் பாதம்வரை
தொட்டவுடன் மெய்சிலிர்க்கும்
பச்சைக்கிளி கொச்சைமொழி
பேசிவந்து கை அணைக்கும்!

சாமியார் : கட்டப்பா! என்னைக் கட்டப்பா!
பக்தன் என்றால் என்னைக் கட்டப்பா! – நீ
பாவி என்றால் பெண்ணைக் கட்டப்பா!

ஆண் : தகுமோடா! சொல்லத்
தகுமோடா! – நீ
புத்தி சொல்லத் தகுமோடா!
வருமோடா – இளமை வருமோடா!
விட்டுப் போனால் இளமை வருமோடா
ஏடா மூடா! இங்கிருந்து
போடா! உள்ளே
எவண்டா! பயலே கொண்டுவாடா சோடா!

சாமியார் : கள்ளை உண்டு
காதல் பெண்டு
உறவைத் தேடும் உலகப்பா! – நீ
மையல் பொங்க
கைகளினாலே
மங்கையைக் கட்டும் உலகப்பா! – உன்
மனதைக் கட்டிப் போடப்பா!

(கட்டப்பா)

ஆண் : சாமியாரப்பா! – இந்த
சாமியாரப்பா
ஒழுங்காகச் சொன்னாக்
கேக்காதப்பா!
ஒருமுறை சொன்னா
உறைக்காதப்பா!
விருந்தையும் மருந்தையும்
கொண்டு வாடாப்பா!

சாமியார் : உன் புத்திக்கு வேணும் மருந்து
நான் சொன்னதைக் கேட்டுத் திருந்து
ஞானப்பாலைக் குடிச்சிருக்கேன்
எனக்கு எதுக்கு விருந்து?

ஆண் : அப்படி சொன்னால் எப்படி?
நான் – இனிமேல் உங்க சொற்படி!
இந்தாங்கசாமி அடியேன் விருந்து
நெய்யிலே செய்த அப்பம் – இது
நெய்யிலே செய்த அப்பம் – நீங்க
உண்ணவேணும் என் விண்ணப்பம்!

சாமியார் : ஆ நஞ்சை கலைந்தனையா – என்னைக்
கொல்ல நினைத்தனையா?
அட பஞ்சைப் பயலே! பாவிப் பயலே!
என்ன நடக்குது பார்?

ஆண் : சாமி சாமி சாமி!
எரியுதே எரியுதே எரியுதே!

சாமியார் : முன்னையிட்ட தீ முப்புறத்திலே
பின்னையிட்ட தீ தென்னிலங்கையில்
அன்னையிட்ட தீ அடிவயிற்றிலே
இந்த – அப்பமிட்ட தீ உந்தன் வீட்டிலே!
அப்பனே... ஓட்டப்பம் வீட்டைச் சுடும்
தன்வினை தன்னைச் சுடும்!

சிநேகிதி

இசை : எஸ்.எம்.சுப்பய்யா நாயுடு

குரல் : டி.எம்.சௌந்திரராஜன்

049

அழகின் காலடியில்
அமைதி காண வந்தேன்
இன்பம் எங்கே – என்னை அங்கே
அழைத்துச் செல்ல – உங்கள்
அருகில் வந்தேன் (அழகின்)

ஒருபொழுதேனும் துயரமில்லாத
உலகமொன்றிருந்தால்
எனக்கது வேண்டும்
நினைவுகளாலே துடித்தவன் நெஞ்சை
மயங்கிட வைத்தால்
நிம்மதி தோன்றும்
எந்தெந்த இடத்தில்
என்னென்ன சுகமோ
அந்தந்த இடத்தில்
அடைக்கலம் வேண்டுகிறேன் (அழகின்)

இறைவனைக் கேட்டேன்
எனக்கொரு உறவை
கொடுத்தவன் கொடுத்தான்
வேறொரு துணையை
மணவறைக் கோலம்
தனியறைப் பாடல்
மறந்திட வந்தேன்
மனம் விரும்பாமல்
ஊரென்ன பேச
உறவென்ன சொல்ல
ஒரு நெஞ்சம் இங்கே
எரிகின்ற நேரத்திலே (அழகின்)

சிநேகிதி

இசை : எஸ்.எம்.சுப்பய்யா நாயுடு

குரல் : பி.சுசீலா

050

என்ன இல்லை என்னிடத்தில்
எடுத்துத் தந்தேன் உன்னிடத்தில்
காலமெல்லாம் நீ தேடிய உலகம்
காணலாம் வா இந்தப் பெண்ணிடத்தில்

(என்ன)

நினைத்ததை மறக்கும் நெஞ்சமிங்கில்லை
மறப்பதை நெஞ்சம் நினைப்பதுமில்லை
அமைதியைத் தேடி அலைந்தது போதும்
ஆசையின் கனவு கலைந்தது போதும்

(என்ன)

இதழ்க்கடையோரம் மதுக்கடையிருக்க
எடுக்கவும் கொடுக்கவும் துடிதுடித்திருக்க
போவது எங்கே போதையை நினைந்து
பூமகள் சிந்தும் புன்னகை மறந்து

(என்ன)

இளமையின் இன்பம் வாவென அழைக்க
இடையிடை நாணம் வந்து வந்து தடுக்க
உறவெனும் பாடல் தனிமையில் ஏது
இருவரில்லாமல் பாட வராது

(என்ன)

அன்னை வேளாங்கண்ணி

051

இசை : ஜி.தேவராஜன்

குரல் : மாதுரி

கடலலை தாலாட்டும் வேளாங்கண்ணி
கடலலை தாலாட்டும் வேளாங்கண்ணி – எம்மை
கருணையில் தாலாட்டும் மாதாகன்னி

(கடலலை)

படகினில் வருவோர்க்கு துணையானவள் – வரும்
பாதை மறந்தவர்க்கு விளக்கானவள்
படகினில் வருவோர்க்கு துணையானவள் – வரும்
பாதை மறந்தவர்க்கு விளக்கானவள்
சமயங்களில் பரதக் கலையானவள்
சமயங்களிலே பரதக் க்லையானவள் – எங்கள்
தாய்க்குலம் காப்பதற்கு சிலையானவள்

(கடலலை)

ரங்க ராட்டினம்

இசை : வி.குமார்
குரல் : ஏ.எம்.ராஜா, எல்.ஆர்.ஈஸ்வரி

052

ஆண் : முத்தாரமே உன்
ஊடல் என்னவோ?
சொல்லாமல்
தள்ளாடும் – உன்
உள்ளம் என்னவோ?

பெண் : அத்தானிடம் – என்
கோபம் செல்லுமோ
அன்றாடம் கொண்டாடும் – நம்
சொந்தம் கொஞ்சமோ?
(முத்தாரமே)

பெண் : ராமன் நெஞ்சிலே
சீதை வண்ணமே – வாழும் என்று – என்
மன்னனோடு நான்
சொல்ல வேண்டுமோ?... இங்கே இன்று

ஆண் : கணவன் மனதிலே களங்கம் கண்டதோ?
சீதை நெஞ்சம் – என்
காதல் உறவிலே மாற்றம் காண்பதோ?
பேதை நெஞ்சம்

பெண் : பெண்ணல்லவா? – மனம் போராடுது

ஆண் : நான் சொல்லியும் – ஏன் தடுமாறுது...
(அத்தானிடம்)

பெண் : தேக்கி வைத்த அணை – தாண்டிப் போகுமோ?
ஆசை வெள்ளம் – கடல் பார்த்திருக்குமோ?
பொங்குமல்லவா? கண்ணீர் வெள்ளம்

ஆண் : ஓய்வில்லாதபடி – ஓடுகின்ற நதி – கடலில் சேரும்
காதல் என்னும் நதி – பாதை மாறினும்
உன்னைச் சேரும்

பெண் : உனக்காகவே – நான் உயிர் வாழ்கிறேன்

ஆண் : மனக் கண்ணிலும் – நான் உனைப் பார்க்கிறேன்
(முத்தாரமே)

80 வாலி எழுதிய ஜெமினி படப் பாடல்கள்

ரங்க ராட்டினம்

இசை : வி.குமார்

குரல் : எஸ்.பி.பாலசுப்பிரமணியம்

053

ஒரு...
மல்லிகை மொட்டு
மழைத்துளி பட்டு
சில்லெனப் பூத்தது
இதழ்விட்டு
அதன்...
புன்னகை பட்டு
தன் மனம் கெட்டு
கொஞ்சிட வந்தது
குளிர் காற்று
(ஒரு மல்லிகை)

கோடை மழையில்
வாடைக் காற்றில்
குளிரெடுக்கிற மாது
ஆடை கொஞ்சம் விலகி நின்று
அழகைக் காட்டும்போது
தளிர் போன்ற இளமேனி
தொடும் ஆசை கொண்டு
குளிராமல் கொதிக்கின்ற மனமொன்று உண்டு

ஊரறிந்த திருடனென்று
பேரெடுத்ததுண்டு
பொருளுக்காக பொன்னுக்காக
திருடப்போனதுண்டு
உடலோடு உருவான
பசியொன்று உண்டு
விருந்தாக நீ உன்னைப்
பரிமாறு இன்று
(ஒரு மல்லிகை)

ரங்க ராட்டினம்

054

இசை : வி.குமார்

குரல் : ஏ.எல்.ராகவன், மனோரமா

பெண் : போட்டான்... பதமாப்
போட்டான்... மெதுவாப்
போட்டான்
அழகான வில்லெடுத்து
அஞ்சுவிதப் பூத்தொடுத்து
மன்மதனும் பாணத்தையேப் போட்டான்
ஆண் : மாட்டான்... விடவே
மாட்டான்... கைவிட மாட்டான்...
பொன்னான கண்மணிதான்
பூவாரம் போடச் சொல்லி
கேக்குறப்ப ஏமாத்தமாட்டான்...
(மாட்டான்)
பெண் : புடிச்சான்... புடிச்சான்
புடிச்சான் பக்குவமாய்
புடிச்சான்... பக்கம் வந்து...
விளையாட ஆசைப்பட்டு
விளையாடும் கைகளையே
புடிச்சான் – அவன்
புடிச்சான்
ஆண் : அடிச்சான்...
அடிச்சான் – கைமேலே கையை வெச்சு
பத்தினியே உன்னை நானு
சத்தியமாப் பிரியேன்னு
அடிச்சான் – கைமேல்
அடிச்சான்...
(போட்டான்)

பெண் : பறிச்சான்
பறிச்சான் – கிள்ளிக் கிள்ளிக் காம்போடே
பறிச்சான் – பூவையவள் கூந்தலுக்குப்
பூ முடிக்க மல்லியைப் பறிச்சான் –
பூவைப் பறிச்சான்

ஆண் : வெதைச்சான்... வெதைச்சான் – காலம் பார்த்து
நேரம் பாத்து – வெதைச்சான்
கன்னியவள் நெஞ்சினிலே
காதலிக்கும் ஆசைகளை
வெதைச்சான்... அவன்
வெதைச்சான்

(போட்டான்)

ரங்க ராட்டினம்

இசை : வி.குமார்
குரல் : எஸ்.பி.பாலசுப்பிரமணியம்

055

தங்கத் தொட்டில் பட்டுமெத்தை
தாய்வீட்டிலே
பாசம் மட்டும் உண்டு எந்தன்
தாலாட்டிலே

தன்னைத்தானே மறந்திருந் தாள்
உன்னை ஈன்ற அன்னை
திரும்பி வந்த நினைவிருந்தும்
மறந்தென்ன என்னை

இமையை விழிதான் மறப்பதுண்டோ
காட்சி வந்த பின்னே
எனது நிலையை எடுத்துச் சொல்ல
தூது போ என் கண்ணே

(தங்கத்)

கண்ணன் வந்தான் நண்பனுக்குத்
தேரோட்ட அன்று...
தந்தைவந்தான் பிள்ளைக்காகக்
காரோட்ட இன்று...

வானில் உள்ள தேவன் இந்த
விந்தை கண்டு சிரிப்பான்
வாழ்ந்து பார்க்க வேளை வந்தால்
நம்மை ஒன்று சேர்ப்பான்

வெள்ளி விழா

056

இசை : வி.குமார்

குரல் : எல்.ஆர்.ஈஸ்வரி

காதோடு தான் நான் பாடுவேன்
மனதோடு தான் நான் பேசுவேன்
விழியோடு தான் விளையாடுவேன் – உன்
மடி மீது தான் கண் மூடுவேன்

வளர்ந்தாலும் நான் இன்னும் சிறு பிள்ளை தான்! – நான்
அறிந்தாலும் அது கூட நீ சொல்லித்தான்
உனக்கேற்ற துணையாக எனைமாற்றவா! – குல
விளக்காக நான் வாழ வழி காட்டவா!

(காதோடு)

பாலூட்ட ஒரு பிள்ளை அழைக்கின்றது – நான்
படும் பாட்டை ஒரு பிள்ளை ரசிக்கின்றது!
எனக்காக இரு நெஞ்சம் துடிக்கின்றது – இதில்
யார் கேட்டு என் பாட்டை முடிக்கின்றது?

(காதோடு)

வெள்ளி விழா
இசை : வி.குமார்
குரல் : பி.சுசீலா

051

நான் சத்தம் போட்டுத் தான் பாடுவேன்
உன்னை சந்தித்தே தான் தீருவேன்
நீ என்ன புளியங் கொம்பா?
இல்லாத குதிரைக் கொம்பா?
எட்டா திருப்பதற்கு!

(நான்)

கொட்டித் தீர்ப்பேன் வார்த்தையிலே!
குறும்புகளிருக்கும் பார்வையிலே!
பச்சைப் பிள்ளை போலிருப்பேன்
பக்கம் வந்து பார்க்கையிலே!
    இல்லி நோடு!
    இல்லி நோடு!
    துரையப்பா – நான்
    இருப்பது அடுத்த
    அறையப்பா!

(நான்)

ஆடிப் பழகிய சரீரம் ஆடாதிருக்க முடியாது
பாடிப் பழகிய சாரீரம் பாடாதிருக்க முடியாது
வாடகை அறையில் இருந்தாலும்
சாதகம் செய்வது என் பாட்டு!
வம்புக்கு வந்தால் ஆகாது
முடிந்தால் பாடு பின் பாட்டு!
    இல்லி நோடு
    இல்லி நோடு
    துரையப்பா! – நான்
    இருப்பது அடுத்த
    அறையப்பா!

(நான்)

வெள்ளி விழா

058

இசை : வி.குமார்

குரல் : பி.சுசீலா, எல்.ஆர்.ஈஸ்வரி

பானு : கை நிறைய சோழி
கொண்டு வந்தேன் மாமி
காயை வெட்டலாமா
கண் விழிக்கும் நாழி
தவமிருந்து நானே
தாயமொன்று போட்டேன்
வெட்டுப் பட நானும்
விட்டு விட மாட்டேன்

ஷீலா : அங்கிருக்கும் மங்கை
சொந்தமுள்ள ராணி
இங்கிருக்கும் கன்னி
சொக்கட்டான் ராணி
கலக்கமென்ன தோழி
கண் விழிக்கும் நாழி
வினையென்று விளையாட்டை
நினைப்பதும் ஏனோ
சந்தேகம் தானோ

பானு : பன்னிரெண்டு போட்டாலும்
கண்ணிரெண்டும் அங்கே

ஷீலா : மன்னவனும் ஆட்டத்திலே
மாட்டிக் கொண்டார் இங்கே

பானு : ஒண்ணு விழும் இடத்தினிலே
ரெண்டு விழலாமோ

ஷீலா : பந்தயத்தை வாழ்க்கையென்று
எண்ணி விடலாமோ
கலக்கம் என்ன தோழி
கண் விழிக்கும் நாழி

பானு : காயை வெட்டலாமா
கண் விழிக்கும் நாழி
பாண்டவர்கள் சூதாடிப்
போன கதை தெரியாதோ
பாஞ்சாலி துயரமெல்லாம்
பாவையினம் அறியாதோ

ஷீலா : கர்ணனுடன் தன் மனைவி
சதுரங்கம் விளையாட
மன்னன் துரியோதனனும்
மயங்க வில்லை தயங்க வில்லை

பானு : கை நிறைய சோழி
கொண்டு வந்தேன் மாமி

ஷீலா : வினையென்று விளையாட்டை
நினைப்பதும் ஏனோ
சந்தேகம் தானோ

பானு : நாணம் என்றும் அச்சம் என்றும்
நாலு கட்டம் பெண்மைக்குண்டு
நாமாடும் ஆட்டமெல்லாம்
ஆட வேண்டும் அதற்குள் நின்று

ஷீலா : தாண்டி வர மாட்டாளம்மா
தோழியவள் எல்லை
மங்கையவள் நாலு குணம்
மறந்தவள் இல்லை
(கை நிறைய சோழி)

வெள்ளி விழா

இசை : வி.குமார்
குரல் : டி.எம்.சௌந்தரராஜன், பி.சுசீலா

059

பெண் : ஒரு நாள் வருவாள் மம்மி! மம்மி!
வாழ்ந்திருப்போம் அதை நம்பி! நம்பி!
அன்னையின் வடிவம் மம்மி! மம்மி

ஆண் : ஆனாலும் அவள் கன்னி!
மம்மி! மம்மி! மம்மி!

பெண் : கண்ணெதிரில் கண்டதில்லை;
கற்பனையில் எட்டவில்லை; மம்மி முகம் என்ன?

ஆண் : கள்ளமற்ற நல்ல குணம்
பிள்ளையென வெள்ளை மனம்
இன்னும் என்ன சொல்ல?
காணாதிருக்கும்
கடவுளுக்கும் – ஒரு
வடிவம் கொடுப்பதுண்டு! இந்தக்
குடும்பத்தின் தலைவியைக்
காண்போம்! எங்கள்
தாயின் உருவம் கொண்டு!
மம்மி! மம்மி! மம்மி!

ஆண் : மங்கல மேளம்
கொட்டி முழங்கும்
ஓசையெலாம் அவள் வாழ்த்துகளே!
மம்மி! மம்மி!!
மணவறைக் கோலம்
கொண்டிருக்கும் – இந்தப்
பிள்ளையெல்லாம் அவள் செல்வங்களே!
மம்மி! மம்மி!!

மாப்பிள்ளை மருமகள்
வீட்டுக்கு வந்ததை
ஓடும் மேகங்கள் சொல்லாதோ?
மம்மி! மம்மி!!
கடல் கடந்திருக்கும்
குலமகள் நெஞ்சம்
ஆனந்தத்தாலே துள்ளாதோ?

(ஒரு நாள்)

மம்மி! மம்மி!!

வெள்ளி விழா

060

இசை : வி.குமார்

குரல் : எம்.எஸ்.விஸ்வநாதன்

உனக்கென்ன குறைச்சல்
நீ ஒரு ராஜா!
வந்தால் வரட்டும் முதுமை
தனக்குத் தானே
துணையென நினைத்தால்
உலகத்தில் ஏது தனிமை?

(உனக்கென்ன)

கடந்த காலமோ திரும்புவதில்லை!
நிகழ்காலமோ விரும்புவதில்லை!
எதிர் காலமோ அரும்புவதில்லை!
இது தானே அறுபதின் நிலை

(உனக்கென்ன)

எதையோ தேடும் இதயம்! அதற்கு
எண்ணம் தானே பாலம்! அந்த
நினைவே இன்று போதும்! உன்
தனிமை யாவும் தீரும்!

(உனக்கென்ன)

கட்டிலா தொட்டிலா

இசை : வி.குமார்
குரல் : பி.சுசீலா

061

ஒருவித மயக்கம்
உன்னிடம் எனக்கும்
இருபதில் எவர்க்கும்
இருப்பது வழக்கம்

வாய் கொஞ்சம் வெளுக்கும்
விழி கொஞ்சம் சிவக்கும்
நோயொன்று இருக்கும்
நீ வரும் வரைக்கும்

ஏடுகள் போலிரு கன்னம் இருக்க
எழுதும் மன்னவா
எழுதிய பாடலில் என்னென்ன சுவையோ?
முழுதும் சொல்லவா

மடிதான் மஞ்சம் மலர் மஞ்சம்
இதழ்தான் கிண்ணம் மதுக்கிண்ணம்
இடைதான் மேடை மணிமேடை
இன்னும் என்ன சுகம் தேவை
பருவங்கள் நமக்காக

(ஒருவித)

நாடி நரம்பினில் ஆயிரம் மின்னல்
இதில் காரணம் நால்விழி சேர்ந்திங்கு
..... விதமாய் ஆடும் நாடகம்
தேவன் தழுவ வரும்போது
தென்றல் நுழைய இடமேது?
காவல் ஒன்று கிடையாது
காதல் வளரத்தடையேது
தொடரட்டும் இனிதாக

(ஒருவித)

வாலி எழுதிய ஜெமினி படப் பாடல்கள்

கட்டிலா தொட்டிலா

இசை : வி.குமார்
குரல் : எம்.ஆர்.விஜயா, ஜெயராமன்

062

ஸ்வர்ணா : அம்மா அப்பா சண்டையிலே
அனாதையானோம் பிள்ளைகளே

விஜயா : சும்மா இருக்கவும் முடியல்லே

ஜெயா : சேத்து வைக்கவும் வழியில்லே
அம்மா பசி அப்பா பசி
பசியோ பசி

ஸ்வர்ணா : பொழுது விடிஞ்சா காப்பிகுடுக்க
அம்மா வேண்டாமோ – நாம
அழுது வடிஞ்சா காசு கொடுக்க
அப்பா வேண்டாமோ

விஜயா : அப்பா சுட்ட இட்டிலிதனிலே
உப்பே இருக்காது – அட

ஜெயா : அம்மா நமக்கு மருந்து தராட்டி
உடம்பே இருக்காது

ஸ்வர்ணா : ஊருக்குள்ளே சண்டைநடந்தா அப்பா வக்கீலு

ஜெயா : உடம்புக்குள்ளே சண்டை நடந்தா அம்மா வக்கீலு

விஜயா : அம்மா அப்பா சண்டை பிடிச்சா
யார்தான் வக்கீலு – அதைத்
தீர்த்து வைக்கவும் சேர்த்து வைக்கவும்
நாம்தான் வக்கீலு

விஜயா	: மூக்கு நுனியிலே கோபம் முளைச்சு மூக்கே ரெண்டாச்சு நாக்கு நுனியிலே வார்த்தை தடிச்சு பேச்சே நின்னாச்சு
ஜெயா	: பேட்டுக்கும் பந்துக்கும் விரோதம் வந்தா பந்தயம் என்னாகும் வேட்டிக்கும் புடவைக்கும் போட்டியிருந்தா வீடே காடாகும்
ஸ்வர்ணா	: பேருக்கு முன்னே இன்ஷியல் அப்பா வேண்டாமோ? - நம்மைப் பெத்தவயாருன்னு மத்தவன் கேட்டா அம்மா வேண்டாமோ? சொல்ல அம்மா வேண்டாமோ?

கட்டிலா தொட்டிலா

இசை : வி.குமார்

குரல் : ராஜேஷ் சாயிபாபா

063

வாசு : அம்பிகாபதி போல நான்
அமராவதிபோல நீ
முப்பிறப்பிலே வந்த காதலே
இப்பிறப்பிலே வந்ததே

வண்ணக்கிளியே வடிவழகே உன்
பக்கம் நான்தான் மாப்பிள்ளே
வைத்தியனான நான்
பைத்தியமானதும்
உன்னைப் பார்த்துத்தான்
இன்னும் என்னை வதைக்கணுமா?

ராஜா : நானடி தகுந்த மாப்பிள்ளை நானடி
மானடி நீயொரு வண்ண மானடி
ஏனடி எனக்கென்ன குறைச்சல்
அவன் பாடின பாட்டு எதையும்
உன் ஆடைக்கும் அழகு
மேலை நாட்டு மாப்பிள்ளைதானடி பொருந்தும்
என் மொகறைக்கு என்னடி வருத்தம்?

வாசு : யோசனை இன்னும் என்ன யோசனை
பூர்வஜென்ம வாசனை
போகுமோ விட்டு உந்தன் நேசனை
மீனைப்பார்த்தேன் கண்ணிலே
தேனைப்பார்த்தேன் சொல்லிலே
பெண் மானே பூந்தேனே
பின்னாலே வந்தேனே
நைநை நை யார்ரா இவன்

ராஜா	: ஃபீவர் காதல்
	ஃபீவர் ரொம்ப ஓவர்
	உன்னைப் பார்த்தா டெம்பரேச்சர்
	ஓவராகும் எந்தன் நேச்சர்
	கண்கள்தானே தர்மாமீட்டர்
	வெச்சுப்பாரு தீர்ந்தது மேட்டர்
	(ஃபீவர்)
வாசு	: இவ அம்மா தாண்டா டாக்டர்
ராஜா	: இவ டாக்டருக்கு டாட்டர்
வாசு	: நீ எனக்கல்லடா சொந்தம்
ராஜா	: இதில் உனக்கென்ன சம்பந்தம்?
வாசு	: உண்டு
ராஜா	: மண்டு
வாசு	: போடா
ராஜா	: வாடா

கட்டிலா தொட்டிலா

இசை : வி.குமார்
குரல் : பி.சுசீலா

064

நான் நல்லவர் இல்லறம் நலமுற வேண்டுகிறேன்
நான் மங்கள கீதங்கள் ஆயிரம் பாடுகிறேன்
நடந்தவை நடந்தவை யாகட்டும் – இனி
நடப்பவை நல்லவையாகட்டும்
பாண்டியன் திருமகள் வெட்கத்திலே – சொக்க
நாதரும் நாயகி பக்கத்திலே
இருவரும் ஊஞ்சலில் ஆடுகிறார் – கண்ணில்
ஒருவரை ஒருவர் தேடுகிறார்
அது – தாபத்திலா?
மனஸ் – தாபத்திலா?

மூவரும் மூன்று தமிழ் போல – என்றும்
மலர்ந்திருப்போம் உங்கள் விழிமேலே
வாழ்வதும் வளர்வதும் யாராலே?
வார்த்திடும் அன்பெனும் நீராலே – நீங்கள்
வார்த்திடும் அன்பெனும் நீராலே

நான் நல்லவர் இல்லறம் நலமுற வேண்டுகிறேன்
நான் மங்கள கீதங்கள் ஆயிரம் பாடுகிறேன்
நடந்தவை நடந்தவையாகட்டும் – இனி
நடப்பவை நல்லவையாகட்டும்

கட்டிலா தொட்டிலா

065

இசை : வி.குமார்

குரல் : பி.பானுமதி

எனக்கும் அவர்க்கும் வழக்கு
ஒரு வழக்கு - கொஞ்ச
நாட்களாக இருக்கு
அவர்க்கு மட்டுமா செருக்கு? - அந்தத்
தலைகனம் எனக்கும் இருக்கு -

(எனக்கும்)

கல்லால் அடித்தான் ஒருவன் - கை
வில்லால் அடித்தான் ஒருவன் - தமிழ்ச்
சொல்லால் அடித்தான் புலவன் - சுத்தப்
பித்தன் தானடி என் தலைவன்

(எனக்கும்)

மேனியில் நானோர் பாதி - என்னை
முறைத்தால்தெரியும் சேதி
காளியும் நானும் ஓர் ஜாதி - பத்ர
காளியும் நானும் ஓர் ஜாதி - இதைக்
கூறடி அவரிடம் தோழி

(எனக்கும்)

கட்டிலா தொட்டிலா

066

இசை : வி.குமார்

குரல் : சீர்காழி கோவிந்தராஜன்

ஏண்டா டேய்
தனிமரம் தோப்பாகுமோடா போடா டேய்
தனி மனிதன் ஒரு சமுதாய மோடா

ஒரு கரைதொடுடு நதியோடுமோடா
ஒரு கைதட்டி ஓசை வருமோடா – மூடா ஏண்டா

பொண்ணொருத்தி எதுக்காகபொட்டு வெக்கிறா
புருஷனை அதுலேதான் கட்டி வெக்கிறா
கொண்டவன் எதுக்காக தாலி கட்டுறான் – அவன்
குடும்பத்தை கட்டிக்காக்க வேலிகட்டுறான்

அடிமட்டம் கட்டுப்பாடு ஒத்துப்போவுது
நடுமட்டம் குட்டுப்பட்டு ஒட்டிக்கொள்ளுது
மேல்மட்டம் ஒண்ணுமட்டும் நாறிப்போவுது –

ஊருலகம் பாத்துப் பாத்துக் கொண்டே

தேவி ஸ்ரீகருமாரி அம்மன்

இசை : சங்கர் - கணேஷ்
குரல் : டி.எம்.சௌந்தரராஜன், எல்.ஆர்.ஈஸ்வரி

061

குழு : ஓம்... ஓம்... ஓம்... ஓம்... ஓம்... ஓம்
ஆண் : ஓமென ஒலிப்பது ஓங்கார நாதம்
அதை ஆமென உரைப்பது நால்வகை வேதம்
தாமென நினைக்கும் தருக்கரை அடக்கும்
தோமெனக் குதிக்கும் தேவியுன் பாதம்
குழு : ஓம்... ஓம்... ஓம்...
ஆண் : ஓமென ஒலிப்பது
பன்னீரபிஷேகம் செய்த பேருக்கு
வாழ்வின் கண்ணீரை
மாற்றி வைக்கும் கருமாரி
மந்திரம்
பெண் : நல்ல பாலாபிஷேகம் செய்த பேருக்கு
இன்பம் பாலாட்டம் பொங்க வைக்கும் கருமாரி
மந்திரம்
ஆண் : திருநீரால் அபிஷேகம் செய்த பேருக்கு
மந்திரம்
திருநீரால் அபிஷேகம் துன்பம் நீராகப்போக
வைக்கும் கருமாரி
மந்திரம்
பெண் : வண்ணக் குங்குமத்தால்
அபிஷேகம் செய்த பேருக்கு
நெற்றி குங்குமத்தை காக்கும் கருமாரி
ஆண் : நல்ல சந்தனத்தால் அபிஷேகம் செய்த பேருக்கு
மந்திரம்
நல்ல சந்தனத்தால் நெஞ்சம் சந்தனம்போல்
மணக்க வைக்கும் கருமாரி
பெண் : தூய மஞ்சள் நீரில்
அபிஷேகம் செய்த பேருக்கு

100 வாலி எழுதிய ஜெமினி படப் பாடல்கள்

மந்திரம்

தூய மஞ்சள் நீரில் அபிஷேகம் செய்த பேருக்கு
தாலி மஞ்சளுக்கு காவல் நிற்கும் கருமாரி

ஆண் : என்றும் பக்தியோடு
அபிஷேகம் செய்த பேருக்கு
பக்தியோடு அபிஷேகம் செய்த பேருக்கு
தெய்வ சக்தி வந்து சேரவைக்கும் கருமாரி

இரு : தெய்வ சக்தி வந்து சேரவைக்கும் கருமாரி

பெண் : நாக்காடு பலபொய்கள் நமைவிட்டுப் போக
நோக்காடு தீர்ந்துள்ளம் நலமென்பதாக

ஆண் : தீக்காடுபோல் பற்றும் தீமைகள் அழிய
தீக்காடுபோல் பற்றும் தீமைகள் அழிய
வேக்காடுபோல் வாட்டும் வினை முற்றும் ஒழிய
சாக்காடுபோல் சூழும் சாபங்கள் தொலைய
சாக்காடுபோல் சூழும் சாபங்கள் தொலைய
பூக்காடு போலின்பம் பொழுதோடு விளைய

பெண் : வேற்காடு தனில்மேவி வாழ்கின்ற தேவி
வெண்டாமரைப் பாதம் வண்டாக மொய்ப்போம்

மந்திரம்

குழு : ஓம் சக்தி! ஓம் சக்தி! ஓம் சக்தி ஓம்
ஓம் சக்தி! ஓம் சக்தி! ஓம் சக்தி ஓம்
ஓம் சக்தி! ஓம் சக்தி! ஓம் சக்தி ஓம்
ஓம் சக்தி! ஓம் சக்தி! ஓம் சக்தி ஓம்

ஸ்ரீ காஞ்சி காமாட்சி

068

இசை : கே.எஸ்.ரகுநாதன்

குரல் : வாணி ஜெயராம்

அனா... அனா... சுனா... ஜனா...
குனா... டனா... வனா... நனா... பனா...
மனா... யனா... ரனா – லனா... வனா
ழனா... ளனா... நனா... நனா... ளனா...
இவன்னா... காவன்னா... யாவன்னா...
சாவன்னா... ஞாவன்னா... டாவன்னா...
ணாவன்னா... தாவன்னா... நாவன்னா...
பாவன்னா... மாவன்னா...
ராவன்னா... யாவன்னா... ளாவன்னா
ழாவன்னா... ளாவன்னா... ருவன்னா... னவன்னா

இனா... கினா... கினா... ஞினா... டினா
ணினா... தினா... நினா... பினா... மினா... யினா...
ரினா... லினா... வினா... ழினா...

ஈயன்னா... கீயன்னா... யீன்னா
சீயன்னா... ஞீயன்னா... டியன்னா
ழீனா... ளீயனா... றீயனா... ணீ
ணீயன்னா... தீயன்னா... யீன்னா... பீயன்னா
மீயன்னா... யீயன்னா... பீயனா... ரீயனா... யீயனா... ளீயனா
ழீயனா... வீயன்னா... யீயனா... ளீயன்னா

உனா... குனா... யுனா... சுனா
குனா... டுனா... ருனா... துனா
நுனா... புனா... முனா... யுனா
குனா... நுனா...

உவன்னா... கவன்னா... குவன்னா
குவன்னா குவன்னா... டூவன்னா
பூவன்னா... கவன்னா... குவன்னா
வூவன்னா... மூவன்னா... யூவன்னா

ரூவன்னா... நுவன்னா... துவன்னா
இவன்னா... ரூவன்னா... துவன்னான்னா

எனா கெனா ஙெனா செனா
ஞெனா டெனா டெனா செனா
பெனா மெனா வெனா ழெனா
ரெனா லெனா வெனா வெனா
வெனா றெனா வெனா

ஏயன்னா கேயன்னா யேயன்னா
சேயன்னா ஞேயன்னா டேயன்னா
னேயன்னா தேயன்னா நோன்னா பேயன்னா
இமயன்னா யேயன்னா ரேயன்னா லேயன்னா
வேயன்னா ழேயன்னா னேயன்னா
நேயனா வேயன்னா ஐயன்னா

ஐயன்னா கையன்னா தையன்னா நையன்னா
டையன்னா... ணையன்னா... தையன்னா நையன்னா
மையன்னா... யையன்னா... ரையன்னா
லையன்னா... வையன்னா – ழையன்னா... ளையன்னா
றையன்னா... னையன்னா

ஒனா... கொனா யொனா சொனா ஞொனா டொனா
னொனா றொனா நொனா பொனா மொனா வொனா டொனா
ளொனா றொனா னெனா

ஓவன்னா கோவன்னா யோவன்னா
சோவன்னா ஞோவன்னா டோவன்னா ணோவன்னா
தோவன்னா நோவன்னா போவன்னா
மோவன்னா யோவன்னா ரோவன்னா
லோவன்னா வோவன்னா... ழோவன்னா
ளோவன்னா னோவன்னா னோவன்னா

வாலி எழுதிய ஜெமினி படப் பாடல்கள் 103

ஸ்ரீ காஞ்சி காமாட்சி

069

இசை : கே.எஸ்.ரகுநாதன்
குரல் : சீர்காழி கோவிந்தராஜன்

மன்மதன் கைக்கரும்பின்
மலர்க்கணையே – இந்த
மன்னவன் துயில் கொள்ளும்
மலரணையே

வான் முகில் இளைப்பாரும்
பூங்குழலோ – இன்ப
வாசகம் நான் பயிலும்
பிறை நுதலோ

மோகனம் அழகின்
வாகனம் வண்ணத்
தோரணம் கலையின்
பூரணம்
ஒடியும் இடையில்
நடனம் பயில அருகில் வா

(மன்மதன்)

நுண்கலை ஏடிருக்கும்
நூலகம் நீதானோ
விண்கலை மதிகூட
வஞ்சியுன் நிழல்தானோ?
மூவகைக் கனியிலும்
மொய்த்திடும் கொடியே
நால்வகைக் குணமொடு
நடமிடும் கிளியே

பல்லவன் நெஞ்சினில்
பரவிடும் சுகமே
மெல்ல உன் வசத்தினில்
மேவும் என் சுகமே
மதுவைப்பருக – அருகினில் வா